பச்சைத் தமிழ்த் தேசியம்

பச்சைத் தமிழ்த் தேசியம்

சுப. உதயகுமாரன் (பி. 1959)

சுப. உதயகுமாரன் அணுசக்திக்கு, அணு ஆயுதங்களுக்கு எதிரான களப் போராளி, சுற்றுச்சூழல் ஆர்வலர், மனித உரிமைச் செயல்பாட்டாளர். உலக சமாதானம், அகிம்சை, வருங்காலவியல், நீடித்த நிலைத்த வளர்ச்சி போன்ற பாடங்களில் வருகைதரு ஆசிரியராக உலகின் பல பல்கலைக்கழகங்களில் பயிற்றுவிப்பவர்.

இவரின் தமிழ் நூல்களுள் சில: ‘அணு ஆட்டம்’, ‘அசுரச் சிந்தனைகள்’ (தொகுப்பு), ‘தகராறு’, ‘புயலுக்குப் பின்னே பூந்தென்றல்’ (காலச்சுவடு வெளியீடு).

மின்னஞ்சல் : *spudayakumar@gmail.com*

சுப. உதயகுமாரன்

பச்சைத் தமிழ்த் தேசியம்

காலச்சுவடு பதிப்பகம்

பச்சைத் தமிழ்த் தேசியம் ❖ கட்டுரைகள் ❖ ஆசிரியர்: சுப. உதயகுமாரன் ❖

❖ முதல் பதிப்பு: டிசம்பர் 2014 ❖ வெளியீடு: காலச்சுவடு பப்ளிகேஷன்ஸ் (பி) லிட்., 669 கே. பி. சாலை, நாகர்கோவில் 629001

காலச்சுவடு பதிப்பக வெளியீடு: 601

paccai tamiz teeciyam ❖ Essays on Tamil Nationalism ❖ Author: Supa.Udayakumaran ❖

❖ Language: Tamil ❖ First Edition: December 2014

Published by Kalachuvadu Publications Pvt. Ltd., 669 K.P. Road, Nagercoil 629001, India ❖ Phone: 91 - 4652 - 278525 ❖ e-mail: publications@kalachuvadu.com

ISBN: 978-93-82033-67-7

12/2014/S.No. 601, kcp 1152, 18.6 (OLLL)

புதியதோர் புரட்சிக்கு வித்திட்டு, நீருற்றி, வளர்த்தெடுத்த
இடிந்தகரை மண்ணுக்கும் மக்களுக்கும்

பொருளடக்கம்

முன்னுரை

நமது தமிழ்ச் சமுதாயம் ஒரு திருப்பு முனையில் நின்றுகொண்டிருக்கிறது. அதன் குறியீடாகப் பல சமூக, அரசியல், கலாச்சாரப் பிரச்சினைகளைப் பற்றி நாம் இன்று விவாதிக்கத் துவங்கியிருக்கிறோம். தமிழனைச் சிந்திக்கவிடாமல், கேள்வி கேட்கவிடாமல், அடுக்குமொழி பேசி, அனாவசியமாகக் கடிதங்கள் எழுதி, குழாயடிச் சண்டை, குடும்பப்பகை போன்ற ஓர் அசிங்கமான அரசியல் கலாச்சாரத்துக்குள் நம்மைத் தள்ளி திமுகவும் அதிமுகவும் அடிமைப்படுத்தி வைத்திருக்கின்றன. வெற்று வார்த்தைகளையும் வீர வசனங்களையும் கேட்டு வீணாகிப்போன நமது தமிழினம், நமது எதிர்காலத்தைப் பற்றி கரிசனத்துடனும் கவனத்துடனும் அலசி ஆராயத் துவங்கிவிட்டது.

திராவிடம், பெரியாரியம், திமுக அதிமுக கட்சிகளின் இன விரோதப் போக்கு, தமிழ்த் தேசியம், இந்தச் சித்தாந்தம் பேசுகிற அமைப்புகளின் இடையேயான சிறு சிறு வேறுபாடுகள், ஈழப் பிரச்சினையில் நமது நிலைப்பாடு பற்றியெல்லாம் ஓர் ஆரோக்கியமான அரசியல் விவாதம் நடக்கத் துவங்கியிருக்கிறது. இந்த விவாதம் தொடர்ந்து நடந்து, ஒலியை விட அதிக ஒளியை உருவாக்கும் உருவாக்கவேண்டும் என விரும்புவோம்.

அதோடு நமது தமிழ் சமுதாயத்தின் பொருளாதாரத்தைப் பற்றியும் நாம் விவாதிக்க முன்வர வேண்டும். “வரவு எட்டணா, செலவு

பத்தணா" என்ற வகையில்தான் நமது மாநில நிதி நிர்வாகம் நீண்ட காலமாக நடந்து வருகிறது. சாராயம் விற்று, நம்மை எல்லாம் குடிகாரர்களாக்கி, நமது குடும்பங்களை எல்லாம் குட்டிசுவராக்கித்தான் அரசை நடத்துகின்ற ஓர் இழிநிலை நிலவி வருகிறது. இலவசமாகப் பொருட்கள் கொடுத்து, குடும்பத் தலைவர்களைப் பொறுப்பற்றவர்களாக்கி, தமிழ் மக்களைப் பிச்சைக்காரர்களாக்கி ஒரு பெரும் அசிங்கம் நடந்து கொண்டிருக்கிறது. விவசாய அபிவிருத்தி, தொழில்வள உருவாக்கம், வேலை வாய்ப்பு, வருமான அதிகரிப்பு, பொருளாதார மேம்பாடு எனச் சிந்திப்பதற்குப் பதிலாக, இனாம் கொடுப்பது, கை ஏந்தியே பிழைக்க வைப்பது, இடையில் கிடைப்பதைச் சுருட்டிக் கொள்வது எனச் செயல்படுகிறார்கள் ஆட்சியாளர்கள்.

பெருந்தலைவர் காமராசர் ஆட்சிக் காலத்தில் ஏழ்மை தலைவிரித்து ஆடியபோது, பள்ளிகளில் மதிய உணவுத் திட்டத்தைக் கொண்டு வந்தார். நாற்பது ஆண்டுகளுக்கு மேலாகியும் மக்கள் வாழ்க்கைத் தரத்தை உயர்த்துவதற்குப் பதிலாக, இலவச உணவோடு முட்டை போடுகிறோம், முளைப்பயிறு தருகிறோம் என்று இறுமாப்பு பேசுகிறது ஆட்சிப் பீடம். இந்தச் சத்துணவுக் கூடத்தில் வேலை கிடைத்தால் நமது பங்குக்கு நாமும் திருடலாம் என்று மக்கள் போட்டி போடுகிற நிலையைப் பார்க்கிறோம். ரூபாய் **5,500**தான் மாதச் சம்பளம் என்றாலும், ஒரு சத்துணவு அமைப்பாளர் பதவிக்கு **632** பெண்கள் திருச்சியில் போட்டி போட்டதாகச் செய்தி.

வெறுப்பு, கோபத்தின் மீது கட்டமைக்கப்பட்ட அரசியலை கேள்விக்குள்ளாக்குவதுபோல, இலவசம், லஞ்சம் மீது எழுப்பப்பட்ட பொருளாதாரத்தை எதிர்க்க முனைவதுபோல, பழம்பெருமை, வெளிவேடம் மீது நிறுவப்பட்ட கலாச்சாரத்தையும் நாம் மறுபரிசீலனை செய்தாகவேண்டும். திரைப்படங்களில் ஆபாசம், சின்னத்திரையில் சிறுமைத்தனம், பெண்களை போகப் பொருளாகப் பார்ப்பது, பாவிப்பது, பாலியல் கல்வி எதிர்ப்பு, மறுமணம் மறுப்பு, முதியோர் புறக்கணிப்பு எனப் பண்பாட்டு அழிவுக்குள் புதைந்து கொண்டிருக்கிறோம்.

முள்ளிவாய்க்காலில் ஓர் இனப்படுகொலைக்கு ஆளானாலும், நம் ஈழத்துச் சொந்தங்கள் நீதி கேட்டு நடுத்தெருவில் நின்றாலும், முல்லைபெரியாறிலும், கூடங் குளத்திலும் ஒரு புது வரலாற்றை நம் தமிழ்ச் சொந்தங்கள் படைத்துக் கொண்டிருக்கிறார்கள். சமூகம், பொருளாதாரம், அரசியல், கலாச்சாரம் தாண்டி, நமது வாழ்வுரிமைகளை,

வாழ்வாதாரங்களைப் பற்றிச் சிந்திக்கத் துவங்கிவிட்டோம் நாம்.

இந்த நேர்மறைப் போக்கை எப்படி நெறிப்படுத்துவது, எப்படி தக்கவைத்துக்கொள்வது, எங்ஙனம் விரிவு படுத்துவது என்பது பற்றி நாம் விவாதித்தாக வேண்டும். தமிழ் சமுதாயத்தின் பல தலைவர்கள் இடிந்தகரையில் 2011 செப்டம்பர் முதல் கூடியது இந்த முயற்சிக்கு ஒரு துவக்கமாக இருந்தது. இடிந்தகரை தமிழ்ச் சமுதாயத்தின் விடிந்த கரையாகும். கடந்த இருபத்தைந்து ஆண்டுக் காலமாக நாங்கள் கூடங்குளம் அணுமின் நிலையத்துக்கும் அணுசக்திக்கும் மற்றும் அணுவாயுதங்களுக்கும் எதிராகப் பேசியும் எழுதியும் போராடியும் வருகிறோம். கடந்த மூன்று ஆண்டுகளாக இடிந்தகரையிலேயே ஒரு முனைப்பான போராட்டத்தைத் தொடங்கித் துவளாது நடத்தி வருகிறோம்.

நம்மில் பலர் எங்கள் போராட்டம் பற்றிய அரசின் பொய்களை, போலிக் குற்றச்சாட்டுக்களை அப்படியே ஏற்றுக்கொண்டனர். அந்நிய நாடுகளிடம் நம்மை, நமது நாட்டை விற்றுவிட்டவர்கள் சொன்னதைக் கேட்டு, எங்களை கூலிக்கு மாரடிக்கும் கூட்டம் என்றே பலர் நினைத்தார்கள். பணத்துக்காகவும் பதவிக்காகவும் அதிகாரத்துக்காகவும் மட்டுமே பொதுவாழ்க்கைக்கு வரும் புல்லுருவிகள் போன்று நாங்கள் பார்க்கப்பட்டோம்.

அதற்கும் மேலாக செயற்கை மின்வெட்டு என்ற சக்திமிக்க ஆயுதத்தைப் பிரயோகித்து, இரவும் பகலும் தோன்றும்போதெல்லாம் மின்தடை ஏற்படுத்தின அரசுகள். தமிழ் மக்களைத் துன்பத்திற்குள் தள்ளி, எங்கள் மேல் கோபமடையச் செய்து, எங்கள் போராட்டம் நின்றால் மின்சாரம் தங்குதடையின்றி வரும் என்ற மாயையினை உருவாக்கி எங்களைத் தமிழின எதிரிகளாகச் சித்திரித்தனர். தமிழகத்தின் மின்பற்றாக்குறையைப் போக்க அடுத்தடுத்து ஆண்ட கருணாநிதியும் ஜெயலலிதாவும் என்ன செய்தார்கள், ஏன் நடவடிக்கை எடுக்கவில்லை என்று கேட்பதற்குப் பதிலாக பலர் எங்களை வாய்க்கு வந்தபடித் திட்டினார்கள்.

எங்கள் போராட்டத்துக்கு ஆதரவாக இருந்த தமிழக முதல்வர், ஏதோ காரணத்தால் அல்லது நெருக்கடியால் தனது அரசின் நிலைப்பாட்டை மாற்றிக் கொண்டார். அப்படி மாற்றிக் கொண்டபிறகு, மின்சார நிலைமை திடீரென மேம்பட்டதை நீங்கள் உணர்ந்திருக்கக் கூடும். எங்கே

இருந்து, எப்படி இந்த மின்சாரம் உடனடியாக ஓடி வந்தது? நாங்கள் போராட்டத்தை விலக்கிக் கொண்டால், கூடங்குளம் உடனே இயங்கும், திரும்பும் திசையெல்லாம் மின்சாரம் பெருக்கெடுத்துப் பாயும் என்றார்கள். இயக்கப்பட்டதாகச் சொல்லிப் பதினைந்து மாதங்கள் ஆனபிறகும் கூடங்குளம் அணுமின் நிலையத்தில் எதுவும் நடக்கவில்லையே? ஏன்? என்ன ஆயிற்று? கடன்காரனுக்கு அவதி சொல்வது போல, பத்து நாளில் வரும், இரண்டு வாரத்தில் வரும் என்று உளறிக் கொண்டிருக்கிறார்களே, பொய் சொல்கிறார்களே? இப்படி செய்வதற்கு ஒரு மத்திய மந்திரி நியமிக்கப் பட்டிருந்தாரே!

1965ஆம் ஆண்டு இந்தி மொழி நம் மீது திணிக்கப்பட்டபோது எப்படி வெகுண்டெழுந்து நமது மொழியுரிமையை, அடிப்படை தேசிய இன அடையாளத்தைத் தக்க வைத்துக் கொள்ளப் போராடி வென்றோமோ, அந்த மாதிரியான ஒரு நிலையில்தான் தமிழ் மக்கள் இன்று நிற்கிறோம். தற்போது மொழியைவிட முக்கியமான நமது இயற்கை வாழ்வாதாரங்களும், நமது எதிர்காலச் சந்ததியின் நல்வாழ்வும் கேள்விக்குறியாகி இருக்கின்றன. இதனை நாம் உணர்ந்தாகவேண்டும்.

அண்டை மாநிலமான கேரளத்தில் அம்மக்கள் தங்கள் இயற்கை வளங்களை எவ்வளவு கவனமாகப் போற்றி பாதுகாக்கிறார்கள், பாருங்கள்! அங்கே ஓர் அணுமின் நிலையம் நிறுவ முயற்சித்தபோது, காங்கிரஸ், கம்யூனிஸ்ட்டுகள் உட்பட அனைத்துக் கட்சிகளும் ஒன்றாக நின்று எதிர்த்தார்கள்; இன்றும் எதிர்க்கிறார்கள். கூடங்குளத்திலிருந்து 500 மெகவாட் மின்சாரம் வேண்டும் என உரிமையோடு கேட்கும் கேரள முதல்வர் ‘எங்கள் மாநிலத்தில் ஓர் அணுமின் நிலையத்தைக் கட்டுங்கள்’ என மத்திய அரசைக் கேட்பாரா? கேட்க முடியுமா? கேட்டால் மலையாள மக்கள் விடுவார்களா? அந்த மாநிலத்தில் ஓர் அனல் மின் நிலையம்கூட நிறுவ முடியாது. அதேபோல, கூடங்குளம் கழிவுகளைக் கோலார் தங்கவயல் சுரங்கங்களில் புதைப்போம் என்று அணுசக்தித்துறை அறிவித்ததும் கர்நாடக மாநில காங்கிரஸ், பாஜக, அதிமுக கட்சிகளும், தலைவர்களும் களமிறங்கிப் போராடி, அத்திட்டத்தை மூன்றே நாட்களில் முறியடித்தனர். கூடங்குளம் இயங்கினால் 150 கிமீ தூரத்திலுள்ள தமக்கு கதிர்வீச்சுக் கேடுகள் வரும் என அஞ்சி பத்து இடங்களில் கதிர்வீச்சின் அளவை அளக்க, அவதானிக்க ஆய்வு மையங்கள் அமைத்து விட்டார்கள் இலங்கையிலே! ஆனால் நமது தமிழகத்தில்?

தமிழனின் உயிருக்குக்கூட விலை கிடையாது என்பதுதான் உண்மை. நக்கநேரி நாடகம் பற்றிக் கேள்விப்பட்டிருப்பீர்கள். கூடங்குளம் அணுஉலை இயங்கத்துவங்கும் முன்னர் பேரிடர் பயிற்சி நடத்தப்படவேண்டும் என்பது விதி. இந்தியாவிலேயே மிகப்பெரிய அணுஉலை, வெளிநாட்டிலிருந்து இறக்குமதி செய்யப்பட்ட அணுஉலை, நாட்டின் முதல் மென்நீர் உலை, அதிகமான மக்கள் அடர்த்தியாக வாழ்கிற ஒரு தீபகற்ப மூலையில் அமைக்கப்பட்டிருக்கிற பூதாகரமானத் திட்டம் கூடங்குளம். குறைந்தபட்சம் 30 கிமீ தூரத்திலாவது மக்களுக்கு பேரிடர் பயிற்சி கொடுப்பது மிகமிக முக்கியமானது. ஆனால் 10,000 பேர் வாழும் இடிந்தகரை, 20,000 பேர் வாழும் கூடங்குளம் போன்ற கிராமங்கள் அருகே இருக்கும்போது, வெறும் 300 பேர் மட்டுமே வாழ்கின்ற நக்கநேரிக்குப் போய் தினசரி கூலி வேலைக்காக 200 பேர் ஊருக்கு வெளியே போன பிறகு, சுமார் 100 எழுத படிக்கத் தெரியாத பெண்களும் குழந்தைகளும் இருக்கும்போது நூற்றுக்கணக்கான காவல் துறையினரும், துணை ஆட்சியரும் வட்டாட்சியரும் அணுசக்தித் துறை அதிகாரிகளும் போய் பாவலா காட்டிவிட்டு, பேரிடர் பயிற்சி வெற்றிகரமாக நடைபெற்றுவிட்டது, இனி அடுத்தக் காட்சி 2014ஆம் ஆண்டு என்று அறிவித்தனர்.

இப்படித்தான் பேரிடர் பயிற்சி நடத்துவதா? ஏதோ ஒரு குக்கிராமத்தில் உள்ள ஒரு பள்ளியில் தீயணைப்பு பயிற்சி நடத்திவிட்டு நாட்டிலுள்ள அனைத்துப் பள்ளிக் குழந்தைகளுக்கும் அந்த பயிற்சியைக் கொடுத்துவிட்டதாகச் சொல்ல முடியுமா? எங்கோ ஒரு திரை அரங்கில் பேரிடர் பயிற்சி நடத்திவிட்டு, நாடு முழுவதும் உள்ள திரை அரங்குகள் பாதுகாப்பாக உள்ளன என்று சொல்ல முடியுமா? நமது உயிர்களைத் துச்சமென நடத்தும் அரசை, அரசு நிறுவனங்களை ஏன் தட்டிக்கேட்கத் தயங்குகிறோம்?

1984ஆம் ஆண்டு போபால் விடவாயு விபத்து நடந்தபோது ஓர் ஈரத்துணியை எடுத்து வாயையும் மூக்கையும் மூடிக்கொண்டு ஓடுவதற்கு பயிற்சி அளித்திருந்தால் இத்தனை பேர் உயிரிழந்திருக்கமாட்டார்கள், ஊனமடைந்திருக்கமாட்டார்கள். ஆனால் மத்திய மாநில அரசுகள் அதைச் செய்யவில்லை. முப்பது ஆண்டுகள் ஆனபிறகும் அந்த விடவாயு ஆலையில் மண்டிக்கிடக்கும் ஆபத்தான கழிவுகளை அப்புறப்படுத்தவில்லை. பாதிக்கப்பட்ட மக்களுக்கு உரிய இழப்பீடு இன்னும் வழங்கப்படவில்லை. இப்போது இந்த விபத்துக்கும் அமெரிக்காவுக்கும் எந்தத் தொடர்பும் இல்லை

என்பதுபோல அந்த நாட்டிலே தீர்ப்பு சொல்லி இருக்கிறார்கள். இதைப் பற்றிக்கூட நாம் சிந்தித்துப் பார்க்காதது ஏன்?

திருநெல்வேலி மாவட்டத்தில் மட்டும் 2012 ஆம் ஆண்டு சுமார் நூறு பேர், பெரும்பாலும் குழந்தைகள், டெங்கு காய்ச்சலுக்குப் பலியாகினர். ஒரு மனிதனுக்கு வாழ்வில் நிகழும் மிகப்பெரிய இழப்பு, துயரம் எது? தனது குழந்தையை அநியாயமாகப் பறிகொடுத்து, குழிக்குள் போட்டு மூடுவதுதான். இத்தனைக் குழந்தைகள் இறந்ததற்கு யார் பொறுப்பு? மாவட்ட அதிகாரிகள் சரியாகப் பணியாற்றி ஏன் இந்தத் தொற்று நோயைத் தடுக்கவில்லை? இது மனித குலத்துக்கு எதிரான குற்றமில்லையா? சம்பளமும் கிம்பளமும் வாங்கிக்கொண்டுதானே இருந்தார்கள் இந்த அதிகாரிகள்?

நாளை கூடங்குளத்தில் ஒரு விபத்து நடந்தால் என்ன ஆகும்? விபத்தே நடக்காது, இதுதான் உலகிலேயே மிகச் சிறந்த, மிக உன்னதமான அணுஉலை என்று இரசிய நிறுவனமும் அரசும் திருப்பித் திருப்பிச் சொல்லிக் கொண்டிருக்கிறார்கள். அது உண்மை என்றால், எவ்வளவு தொகை இழப்பீடு வேண்டுமென்றாலும் தருகிறோம், எத்தனை ஆண்டுகளுக்கு வேண்டுமானாலும் தருகிறோம் என்றல்லவா சொல்ல வேண்டும்? ஆனால் உண்மையில் நடப்பது என்ன?

உங்கள் வீட்டுக்கு ஒரு சலவை இயந்திரம் வாங்குகிறீர்கள். 'ஓஹோ ப்ரொடக்சன்ஸ்' நிறுவனம் தயாரித்த அந்த இயந்திரத்தை 'மன்னார் & கம்பனியில்' வாங்குகிறீர்கள். ஒருநாள் சலவை செய்துகொண்டிருக்கும்போது, உங்கள் துணைவியாரின் கை இயந்திரத்தில் சிக்கி ஒரு விபத்து நடந்துவிடுகிறது. இந்திய ரஷிய ஒப்பந்தத்தின்படி, சலவை இயந்திரத்தை உருவாக்கிய அல்லது விற்ற நிறுவனங்களுக்கு எந்தப் பொறுப்பும் கிடையாது. இயந்திரத்தை ஓட்டியவர்தான் இழப்பீடு தர வேண்டும். உங்கள் மனைவி உங்கள் குடும்ப நிதியிலிருந்து ஒரு தொகையை எடுத்து உங்களுக்குத் தருவார். உங்கள் பணத்திலேயே உங்களுக்கு இழப்பீடு கிடைக்கும். கூடங்குளம் அணுமின் நிலையத்தில் விபத்து நடந்தால் ரஷ்ய நிறுவனமோ, ரஷ்ய அரசோ இழப்பீடு தரமாட்டார்கள். என்.பி.சி.ஐ.எல். எனும் நமது பொதுத்துறை நிறுவனம் நமது வரிப்பணத்தை எடுத்து நமக்கு இழப்பீடு தருவார்கள். வருமானம் எல்லாம் ரஷ்யாவுக்கு, இழப்பு எல்லாம் நமக்கு. இதைக்கூட கேள்வி கேட்காமல் இருக்கிறோமே!

நமது கல்பாக்கத்தில் உலகில் வேறெங்கும் இல்லாத ஈனுலைகளை நிறுவி வருகிறார்களே, கவனித்தீர்களா?

தமிழகத்தின் தென்கோடியாம் கூடங்குளத்திலிருந்து அபாயகரமான அணுக்கழிவுகளை வடகோடிக்கு எடுத்துச் சென்று அதை எரிபொருளாக உபயோகிப்பார்களாம். எப்படி எடுத்துச் செல்வார்கள்; நமது தமிழ்ச் சமுதாயத்திற்கு என்னென்ன ஆபத்துகள் வரலாம் என்பது பற்றிக்கூட சிந்திக்காது இருப்பதை எப்படி நியாயப் படுத்துவீர்கள்?

முன்னாள் இந்தியக் குடியரசுத் தலைவர் பிரதிபா பாடீல் 28 மாதங்களில் 30 தூக்குத் தண்டனை கைதிகளுக்குக் கருணை அடிப்படையில் மன்னிப்பு வழங்கி அவர்களின் தண்டனையை ஆயுள் தண்டனையாகச் சுருக்கினார். ஆனால் முருகன், சாந்தன், பேரறிவாளன் ஆகியோர் மட்டும் இன்னும் அது பற்றி சிந்திக்கக்கூட முடியாமல் இருக்கிறதே, ஏன்?

இலங்கைக் கடற்பரப்பில் மீன் பிடிப்பதாக தமிழ் மீனவர்கள் கைது செய்யப்பட்டாலே 20 ஆண்டுகள் சிறையில் தள்ளப்படுவார்கள் என புதிய சட்டம் இயற்றிகொண்டிருக்கிறதே அந்த அரசு? நமக்காக இந்திய அரசு இன்னும் குரல் கொடுக்கவில்லையே ஏன்?

ஒரு முள்ளிவாய்க்கால் போதாதா, இன்னும் நூறு முள்ளிவாய்க்கால் வேண்டுமா எனக் கேட்டிருக்கும் சிங்கள அமைச்சர் ரணவக்க என்பவரை இதுவரை இந்திய அரசு கண்டிக்கவில்லையே ஏன்?

நான்கு மாவட்ட மக்களின் குடிநீர், விவசாயத்தின் ஆதாரமான அமராவதி நதியின் துணை ஆறுகளான சின்னாறு, மாயாறு, பாம்பாறுகளின் குறுக்கே தடுப்பணை கட்டும் கேரள அரசை மத்திய அரசு தட்டிக் கேட்கவில்லையே ஏன்?

அதுபோல சிறுவாணி ஆற்றின் குறுக்கே அட்டப்பாடி பகுதியில் 4.5 டிஎம்சி தண்ணீர் கொள்ளளவு கொண்ட அணையைக் கட்டுவதற்கு கேரள அரசு முனைகிறது. இதையும் யாரும் கேள்வி கேட்கவில்லையே ஏன்?

கேரள மாநிலம் கொச்சியிலிருந்து பெங்களூருக்குச் செல்லும் எரிவாயுக் குழாய் கேரளா - கர்நாடகா வழியாக நேரடியாகப் போவதற்குப் பதில், வளைந்து தமிழகத்தின் ஏழு மாவட்டங்களின் விவசாய நிலங்கள் வழியாக ஏராளமான கட்டுப்பாடுகளையும் நிபந்தனைகளையும் விதித்துச் செல்கிறது. இதையும் யாரும் கண்டுகொள்ளவில்லை ஏன்?

இரண்டு வருடங்களுக்கு முன்னர் ஆட்சிக்கு வந்தது முதல் தமிழக முதல்வர் தமிழகத்துக்குத் தேவையான எத்தனையோ

திட்டங்களை, நிதி உதவியை, கூடுதல் மின்சாரத்தை ஆதரவைக் கேட்டபோதெல்லாம் திரும்பிப் பார்க்காத, ஏன் என்றுகூட கேட்காத மன்மோகன் சிங் அரசு, பாகிஸ்தானுக்கு 5,000 மெகாவாட் மின்சாரம் தந்ததும், ஐரோப்பிய நாடுகளின் நிதி நிலையைச் சீரமைக்க 56,000 கோடி ரூபாய் உதவி செய்ததும் எப்படி நியாயமாகும்?

"எதையுமே பார்க்காதே, எதையுமே கேட்காதே, எதையுமே பேசாதே" என்று வாளாவிருப்பதுதான் தமிழனின் வாழ்விலக்கணமா எனக் கேட்கத் தோன்றுகிறது. "இல்லை" என நாம் அனைவரும் ஏகோபித்த குரலில் உரக்கச் சொல்வதுதான் இன்றைய உடனடித் தேவை. தமிழகத்தின் இளம் சமூக, பொருளாதார, கலாச்சார, அரசியல் தலைவர்கள் தங்களுக்குள் இருக்கும் சிறு சிறு வேறுபாடுகளைப் புறந்தள்ளி, மனமாச்சர்யங்களை ஒதுக்கி வைத்து, ஒட்டு மொத்த தமிழ்ச் சமுதாயத்துக்காக உடனடியாக ஒன்று படவேண்டும். பொதுச் செயல்திட்டம் ஒன்றை உருவாக்கி அனைத்து தளங்களிலும் ஒரு புதிய தமிழ்ச் சமுதாய மறுமலர்ச்சிக்காக உழைக்க முன்வர வேண்டும்.

உண்மையில் இடிந்தகரைக்கு எங்களைச் சந்திக்க வரும் இளைஞர்கள், பெரியவர்கள், பெண்கள் அனைவருமே இதுபற்றி சிந்திக்கின்றனர், பேசுகின்றனர், செயல்படவும் செய்கின்றனர். இந்தப் புத்தெழுச்சியை நெறிப்படுத்தவும் இவர்களையெல்லாம் ஒருங்கிணைக்கவும், என்னால் ஆன எளிய பங்களிப்பைச் செய்யும் நோக்கோடு 2012ஆம் ஆண்டு யூலை, ஆகத்து மாதங்களில் இடிந்தகரை போராட்டக்களத்தில் இருக்கும்போது எழுதிய இந்தக் கட்டுரைகளை இப்போது தொகுத்திருக்கிறேன்.

இந்தக் கட்டுரைகளைப் படித்து கருத்துக்களை, திருத்தங்களைப் பகிர்ந்து எனக்கு உதவிய ஆ.இரா. வேங்கடா சலபதி, என்னை ஊக்குவித்த நண்பர்கள் ம. புஷ்பராயன், மை. பா. சேசுராசு, இரா. சா. முகிலன், பீட்டர் மில்டன், அன்றனி கெபிஸ்டன், 'கீற்று' ரமேஷ் மற்றும் நண்பர்களுக்கு என் மனமார்ந்த நன்றிகள். நண்பர் 'கீற்று' ரமேஷ் தனது இணைய இதழில் இக்கட்டுரைகளை வெளியிட்டு, வாசகர் மத்தியில் ஒரு கருத்துபரிமாற்றம் நடக்க உதவினார். தோழர் தியாகு தனது 'தமிழ்த் தேசம்' இதழில் 'பச்சைத் தமிழ்த் தேசியம்' கட்டுரையை வெளியிட்டார். முகநூலில் நூற்றுக்கணக்கான நண்பர்கள் இக்கட்டுரைகளை விவாதித்து தங்கள் கருத்துக்களைப் பதிவு

செய்தனர். அவர்கள் அனைவருக்கும் எனது அன்பார்ந்த நன்றிகள்.

இந்த நூலை அருமையாகத் தயாரித்து வெளியிட்டிருக்கும் அன்பு நண்பர் காலச்சுவடு கண்ணன், பதிப்பகத் தோழர்கள் ஷாலினி, அகிலா ஆகியோருக்கும் எனது மனமார்ந்த நன்றிகள்.

இறுதியாக, எனது பெற்றோர், மனைவி, மகன்களுக்கும் ஆத்மார்த்த நன்றிகள்.

இடிந்தகரை **சுப. உதயகுமாரன்**
நவம்பர் 1, 2014

தமிழின ஒற்றுமையின் அவசியம்

தமிழின வரலாற்றின் ஒரு முக்கியமான அத்தியாயம் எழுதப்பட்டுக்கொண்டிருக்கும் இவ் வேளையில் இந்தியாவின் அரசியல் யதார்த்தத்தைப் பற்றியும் நாம் சிந்தித்தாக வேண்டும். இந்தியா முழுவதும் தமிழர் என்றால் சந்தேகத்தோடும் பயத்தோடுமே பார்க்கிறார்கள். தமிழராகிய நாம் நமது இன, மொழி, கலாச்சார அடையாளங்களைத் தூக்கிப் பிடிப்பது மற்றவர்களுக்கு நெருடலாக, நெருக்கடி உணர்வை உருவாக்குவதாக இருக்கிறது. “இந்தி”யர்கள் நம்மை “மதராசி” என்று அழைப்பது வெறும் ஊர்ப்பெயரைக் குறிப்பிடுவதற்காக மட்டுமல்ல. அதன் பின்னால் உள்ள அச்சத்தை, வெறுப்பை, இனவெறி சித்தாந்தத்தை நாம் புரிந்துகொள்ள வேண்டும். இது முழுக்கமுழுக்க அவர்களின் குறையுமல்ல; நமது பங்கும் கணிசமாக இருக்கிறது. நாம் அறிவைப் பூட்டிவைத்துவிட்டு உணர்வை ஊருக்கெல்லாம் காட்டுகிறவர்கள். உணர்ச்சிப்பெருக்கில் தீக்குளிக்கிறோம்; தூக்கு மாட்டுகிறோம்; நமக்குள்ளே சண்டைபோடுகிறோம்; அறிவுபூர்வமாக செயல்படத் தவறிவிடுகிறோம். இறுதியில் ஒன்றும் கிடைக்காமல் போகிறோம்.

இந்தியாவில் நிலவும் தமிழின எதிர்ப்புணர்வில் தி.மு.க.வினர் பங்கு மிகப் பெரியது. நம் மக்களின் உணர்வுபூர்வமான, உண்மையான இந்தி எதிர்ப்புப் போராட்டத்தைக் கடத்திச் சென்றது முதல், தமது வெற்று வார்த்தைகளாலும் வீர வசனங்களாலும் தமிழர்களுக்குப் பெரிய கேட்டை அவர்கள்

வருத்தி வைத்திருக்கிறார்கள். கேரளாவில் மலையாள இனத் தலைவர் என்று யாரும் கிடையாது. ஆனால் இங்கே தமிழினத் தலைவர், அந்தத் தலைவர், இந்தத் தலைவர் என்று எத்தனையோ பட்டங்கள் எல்லாருக்கும்! பெரும்பாலானோர் தமிழர்களுக்காக எதுவும் செய்யாது தமிழர்களைத் தங்களுக்காக பயன்படுத்துகிறவர்கள். ஓர் உதாரணத்திற்காகப் பார்த்தால், மலையாளிகள் நம்மைவிடத் தீவிரமான இனப் பற்றாளர்கள், மொழிப் பற்றாளர்கள்; ஆனால் அவர்கள் இவற்றையெல்லாம் அமைதியாக, நாசூக் காகக் கையாள்பவர்கள், காட்டுபவர்கள். எனவேதான் இன்று தில்லி அரசக் கட்டமைப்பையே தங்கள் கைகளுக்குள் வைத்திருக்கிறார்கள்.

இந்த இனதுவேசப் பின்னணியில்தான் நமது மாணவர் போராட்டமும் இந்திய வல்லாதிக்கத்தால் பார்க்கப்படும். ஒரு மாநிலத்தைப் பிரிப்பதற்கே உயிரை வெறுத்துப் போராட வேண்டியிருக்கிறது. தெலுங்கானா போராட்டம் நல்ல எடுத்துக்காட்டு. ஓர் ஊருக்குப் பெயர் மாற்ற, மாநிலத் திற்கு பெயர் மாற்ற என அனைத்திற்கும் போராட வேண்டி யிருக்கிறது. மெட்ராஸ் உயர்நீதி மன்றத்தை சென்னை உயர்நீதி மன்றமாகப் பெயர் மாற்றுவதற்கும் பெரும் போராட்டம் நடத்தவேண்டியிருக்கிறது. மணிப்பூர் மாநிலத்தில் ஓர் இராணுவ சிறப்புச் சட்டத்துக்கு *[Armed Forces Special Powers Act (1958)]* எதிராக மக்களும், அய்ரோம் ஷர்மிளாவும் பத்தாண்டுகளுக்கும் மேலாகப் போராடிக்கொண்டிருக்கிறார்கள். ஆனால் தில்லி யின் அணுகுமுறையோ அதிகாரத்தை மையப்படுத்தி, தன் கைகளுக்குள் குவித்து வைத்துக்கொண்டு, இந்தியர்கள் அனைவரையும் தனது கட்டுக்குள் வைத்திருப்பதாகவே இருக்கிறது. இந்திய ஆளும் வர்க்கம் அவ்வளவு எளிதில் யாருக்கும் எதையும் தராது.

இந்த நிலையில் நாம் "தமிழீழம் பெற்றுக்கொடு" என்று தில்லியைக் கோருவது சாத்தியமான ஒன்றா? சீனர்கள் இலங்கையில் அழுத்தமாகக் காலூன்றிய பிறகு, சிங்களவரின் தந்திரத்தை உணர்ந்து கையைப் பிசைந்துகொண்டு செய்வதறி யாது திகைத்து நிற்கிறது தில்லி. இந்திரா காந்தியாக இருந்திருந் தால், வங்காளதேச வேலை ஒன்றைச் செய்திருக்கலாம். இப்போதிருக்கும் ஆட்சியாளர்களிடம் எந்த அறிவுபூர்வமான நடவடிக்கையையும் எதிர்பார்க்க முடியாது. அவர்கள் மேலும் மேலும் தவறுகள்தான் செய்வார்கள். நேபாளம், வங்கதேசம், இலங்கை, பர்மா, மாலத்தீவு என ஒவ்வொரு நாடாகச் சீனா பக்கம் போய்க்கொண்டிருக்கின்றன.

ஈழத் தமிழர்கள் கிட்டத்தட்ட முப்பது வருடங்கள் போராடி, அந்த உரிமைப் போர் இன்றைக்கு இருபது நாடுகளின் உதவியோடு முற்றிலும் நசுக்கப்பட்டிருக்கிறது. ஈழத்தமிழருக்காக இங்குள்ள தமிழர்கள் போராட்டத்தை இன்னும் கடுமையாக்குகிறோம் என்று வைத்துக்கொள்வோம். இந்தியா இலங்கையைவிட அதிக சக்திவாய்ந்த, ஆயுதங்களைக் குவித்து வைத்திருக்கும், தெற்காசிய பேட்டை ரவுடி போன்ற நாடு. நமது உணர்ச்சிகரமான மோதல் போக்கு இங்கேயும் ஒரு காஷ்மீரை உருவாக்கி, ஈழத்தமிழர் அனுபவிக்கும் இன்னல்களை, இழப்புக்களை நம் மீதும் வருத்தி விடும். நாமாகவே நம் மக்களைக் கொண்டுபோய் ஒரு பெரிய ஆபத்துக்குள் தள்ளிவிட்டது போலாகிவிடும்.

சரி, அப்படியானால் என்ன செய்யலாம்? போராட்டத்தைக் கைவிட்டுவிட்டு, மாணவர்களைக் கல்லூரிக்குப் போகச் சொல்லிவிட்டு, நாமும் வீடுகளுக்குப் போய் ஒளிந்து கொள்வோமா? இல்லை. ஒன்றுபடுவோம், அரசியலைக் கையிலெடுப்போம், போராடுவோம்! நமது வீட்டை நாமே சுத்தம் செய்வோம், மாற்றியமைப்போம், முறைப்படுத்துவோம்.

ஒன்றுபடுவது என்பது முதலில் நமது மனங்களில், பார்வையில், நிலைப்பாட்டில் தொடங்க வேண்டும். தமிழகத்தைத், தமிழினத்தை ஒரே கூறாகப் பார்ப்பது, தமிழக அளவில் பிரச்சினைகள் பற்றி சிந்திப்பது மிக முக்கியமானது. தமிழ்நாடு வரைபடம் ஒன்றை வீட்டில் தொங்கவிட்டு, அதை அவ்வப்போது உற்றுநோக்குவதும், ஊர்களை, ஆறுகளை, மலைகளை, கடற்கரைப் பகுதிகளை அறிந்து, தெரிந்துகொள்வது முதல் படி. இது வேடிக்கையாக, வினோதமாகத் தோன்றினாலும் இதன் தாக்கம் மிகப் பெரிதாக இருக்கும்.

அடுத்தபடியாக அமைவது தமிழகப் பிரச்சினைகளைப் பற்றி மாநில அளவிலாகப் புரிந்துகொள்வது. ஈழத் தமிழர் பிரச்சினை, தமிழ் மீனவர் படுகொலை, நதிநீர்ப் பிரச்சினைகள், அணைப் பிரச்சினைகள், வளர்ச்சித் தகராறுகள், வாழ்வாதார அழிப்புத் தகராறுகள் என அனைத்துத் தமிழர் பிரச்சினைகள் பற்றியும் தமிழர் என்கிற நிலையில் நமக்கு ஒரு புரிதலும், தெளிவும் உருவாக்கப்பட வேண்டும்.

சாதி, மதம் முற்றிலும் களைந்து, அல்லது அவற்றின் முக்கியத்துவத்தை இயன்ற அளவு குறைத்து, தமிழியப் பார்வையை, நிலைப்பாட்டை, போக்கை வளர்த்தெடுப்பது மூன்றாவது முக்கியமான படி.

இவற்றையெல்லாம் சாதிப்பதற்கு அடிப்படையாக அமைவது அரசியல்தான். இது நாம் வாழ்வதற்கு ஒரு வீட்டை அமைத்துக்கொள்வது போன்றது; இதில் நமக்கு மூன்று தெரிவுகள் உள்ளன. ஒன்று, புத்தம்புது வீடு ஒன்றைத் திட்டமிட்டு, வடிவமைத்து, பொருட்கள் வாங்கி, ஆட்களைத் திரட்டி, நீண்ட நெடுநாட்கள் கடினமாக உழைத்து, நம்முடைய விருப்பங்களை, ஆசைகளை நிறைவேற்றிக்கொள்ளும் விதத்தில் கட்டிக்கொள்வது. இரண்டு, ஏற்கெனவே கட்டப்பட்ட ஒரு வீட்டை வாங்கிக் கொள்வது. நமது குறிப்பிட்ட தேவைகளை, வசதிகளை அது நிறைவேற்றாமல் போனாலும், வாழ்க்கையைச் சற்று எளிதாக்குவதால் இதைப் பலர் விரும்பலாம். மூன்றாவது தெரிவு, உடனடி நெருக்கடிகளுக்குத் தீர்வு காண வேண்டிய கட்டாயம் இருப்பதால், இருக்கும் வீட்டையே தற்காலிகமாக சற்று மாற்றியமைத்துக் கொண்டு தொலைதூர எதிர்காலத்தைப் பற்றித் திட்டமிட்டுக்கொள்வது.

போராடும் இளைஞர்கள், மாணவர்கள், அவர்களைப் பின்னாலிருந்து ஆதரிக்கும் பெற்றோர், தொழிலாளர்கள், விவசாயிகள், மீனவர்கள், ஆசிரியர்கள், வழக்கறிஞர்கள், மருத்துவர்கள், பொறியாளர்கள், அறிவுசீவிகள் என அத்தனை பேரும் சேர்ந்து அசாம் மாநிலத்தில் நடந்தது போல ஒரு புதிய இயக்கத்தை உருவாக்கும் சூழல் எதிர்காலத்தில் வரலாம். ஆனால் அது உடனடியாக இப்போது, இங்கே நடப்பதற்கு வாய்ப்பு இல்லை. கட்டப்பட்ட வீடு ஒன்றை வாங்குவதும், அதிலே குடியேறுவதும் தற்போதைய நிலையில் சாத்தியமல்ல. சீன – சோவியத் சாயம் பூசிய தமிழர் விரோத சர்வ தேசியம், இந்திய தேசியம் போற்றும் வீடுகள் நமது தேவைகளுக்கு ஏற்றவையல்ல. அதேபோல முக்கியமான மூன்று திராவிட கட்சிகளின் கதைகள் முடியும் தருவாயில் இருக்கின்றன. அய்யாவுக்குப் பிறகு அந்த வீட்டில் ஒற்றுமை இருக்காது; அம்மாவுக்குப் பிறகு அந்த வீட்டில் ஆளுமை இருக்காது; கொள்கையே இல்லாத கேப்டனுக்குப் பிறகு குறிக்கோளில்லாத அந்தக் கப்பலே இருக்காது. இவை எதுவும் நமக்கு இப்போது உதவாது.

தற்போது இருக்கும் வீட்டையே சற்று மாற்றியமைத்துக் கொண்டு எதிர்காலத்தைப் பற்றித் திட்டமிடுவதுதான் உசிதமானது. தமிழ்த் தேசியம் பேசும், போற்றும், பல இரண்டாம் நிலைக் கட்சிகள் வீரியத்தோடு இருந்தாலும், தமக்குள் வேறுபட்டு நிற்பது தமிழினத்தின் தலையெழுத்து. மறுமலர்ச்சி திராவிட முன்னேற்றக் கழகம், விடுதலை சிறுத்தைகள், மனிதநேய மக்கள் கட்சி, தமிழக வாழ்வுரிமை

கட்சி போன்ற கட்சிகளெல்லாம் பொதுவான அடிப்படை செயல்திட்டம் ஒன்றை உருவாக்கி, கைகோத்தால் ஒரு மாற்றம் வரலாம்.

இப்படியான ஒரு தமிழர் கூட்டணி உருவாகி, அடுத்து வரும் சட்டமன்றத் தேர்தலில் போட்டியிட்டு, கணிசமான தொகுதிகளில் வென்றால், ஈழத் தமிழருக்காக வாதாட, இங்குள்ள தமிழருக்காகப் போராட, அழிவுத் திட்டங்களுக்கு எதிராகச் சமர் புரிய நமக்கு ஒரு வலுவான அமைப்பு இருக்கும். எளிதானதாக இருக்காதென்றாலும், இந்த அமைப்பு தமிழர் விரோதக் கட்சிகளைவிட உத்தமமாக இருக்கலாம். ஒருவேளை இந்தத் தமிழர் கூட்டணி தேர்தலில் தோற்றால் கூடத் தமிழ் மக்கள் வெல்வார்கள். அந்தத் தோல்வியை வெற்றியாகவே தமிழகம் பார்க்கும், தமிழ் மக்கள் போற்றுவர். தமிழர் விரோதக் கட்சி ஒன்றோடு கூட்டணி வைத்து, ஓரிரு தொகுதிகளில் வெற்றி பெறுவதை விட, தமிழருக்காகக் கூட்டணி அமைத்து அத்தனை தொகுதிகளிலும் தோற்றாலும் மக்களின் அன்பும் மரியாதையும் கிடைக்கும்.

தில்லி அரசு பல்வேறு மாநிலக் கட்சிகளின் ஆதிக்கத்துக்குள் வந்தது போன்று மாநில அரசும் பல்வேறு கட்சிகளின் கட்டுப்பாட்டுக்குள் வருவது இயல்பானதாக, ஆரோக்கியமானதாகவே இருக்கும். இந்தியா அளவில் நடைபெற்ற அதிகாரப் பரவல், தமிழக அளவிலும் நடக்கும். குஜராத் போன்ற ஒரு கட்சி, ஒரு தலைவர் அராஜகத்தைவிட, கேரளா போன்ற பல கட்சிகள், பல தலைவர்கள் ஆதிக்கம் அனைத்து வழிகளிலும் சிறந்ததாகவே படுகிறது. தமிழகத்தில் இப்படிப்பட்ட ஒரு தமிழர் கூட்டணியைத் தடுத்து நிற்பது கொள்கைகளைவிட, கோட்பாடுகளைவிடத் தனிநபர் விருப்பு வெறுப்புக்களே என்பது வேதனையான விடயம். ஒரு சின்ன நூற்கண்டா நம்மைச் சிறைப்படுத்துவது எனும் கேள்வி நம் நினைவுக்கு வருகிறது. அரசியல் தலைமை இல்லாமல், வழிகாட்டுதல் இல்லாமல் மாணவர்களாலோ, மற்றவர்களாலோ நீண்ட தூரம் பயணிக்க முடியாது. என்ன செய்யப் போகிறோம் தலைவர்களே, மாணவர்களே?

தமிழக அரசியல் வெறுப்பு அரசியல்

சமூக – பொருளாதார – அரசியல் கொள்கை, திட்டம், இலக்கு என்று எதுவும் இல்லாத நிலையில், தனிமனித ஆளுமையின் செல்வாக்கை மட்டுமே மூலதனமாய்க் கொண்டு அரசியல் வாழ்க்கை நடத்தும்போது, தனிமனித வெறுப்பின் அடிப்படையில் அரசியல் செய்வது கட்சிகளையும் தலைவர்களையும் தொண்டர்களையும் காந்த மெனக் கவர்ந்திழுக்கிறது. வெறுப்பும் கோபமும் வீரியமிக்க மனித உணர்வுகள்; இவற்றை அரசியல் உந்து சக்திகளாகப் பயன்படுத்துவது குறைந்த நேரத்தில் நிறைந்த பலன் தருகிறது. இதைச் செய்பவரின் வேலை குறைவு, இதைப் பெறுபவரின் வேகம் அதிகம்.

நவீனத் தமிழக அரசியல் பார்ப்பனீய எதிர்ப்பு, இந்தி எதிர்ப்பு, இந்தியா எதிர்ப்பு எனும் பெரும் கொள்கைகளை அடிப்படையாகக் கொண்டது. ஜஸ்டிஸ் கட்சியின் தலைவர் சர் பி.தியாகராயர் 1916 டிசம்பர் மாதம் வெளியிட்ட அறிக்கையில் மக்களுக்கு ஓர் அறிவுரை சொன்னார்:

"பார்ப்பனீயத்துக்குப் பலியாகாதே!

மதத்திலே அவன் தரகு வேண்டாம்!

கல்வியில் அவன் போதனை வேண்டாம்!

சமுதாயத்திலே அவன் உயர்வுக்கு உழைக்காதே!

திராவிடா! விழி, எழு, நட,

உன் நாட்டை உனதாக்கு!"

இந்தப் பார்ப்பனீய எதிர்ப்பு நிலைப்பாடு ஜஸ்டிஸ் கட்சியின் பின்தோன்றல்களான இயக்கங்களையும் வழிநடத்தியது. தமிழ்ச் சமூகத்தின் மீது பார்ப்பனீயம் தாறுமாறாக ஏறி மேய்ந்ததால், தந்தை பெரியார் கடுமையான வார்த்தைகளை, உணர்வுகளைப் பயன்படுத்தினார். குட்டக் குட்ட குனிந்து இருந்தவனை நிமிர்ந்து பார்க்க வைக்க, எழுந்து நிற்க வைக்க அம்மாதிரி சூடாகப் பேச வேண்டியிருந்தது. வெறுப்பூட்டுவதல்ல பெரியாரின் குறிக்கோள்; விழித்தெழச் செய்வதுதான், விவேகம் பெற வைப்பதுதான். அவருக்கு அந்த "தந்தை" ஆளுமையும் இருந்தது.

பார்ப்பனீய எதிர்ப்பு போலவே இந்தித் திணிப்பு எதிர்ப்பும், இந்திய ஏகாதிபத்திய எதிர்ப்பும் (தனி நாடு கோரிக்கையும்) நீண்ட வரலாறு கொண்டவை. டிசம்பர் 27, 1939 அன்று மாகாணத் தமிழர் மாநாடு ஒன்று வேலூரில் நடத்தப்பட்டு, தனித் தமிழ்நாடு திட்டம் பேசப்பட்டு, அதற்கான பணிகளில் ஈடுபடுவது என்று முடிவு செய்யப்பட்டது. அதே ஆண்டு "சென்னை மாகாணப் பெண்கள் மாநாடு" நடத்தி ஆட்சியாளர்கள் இந்தியைக் கட்டாயப் பாடமாகக் கொண்டு வந்ததைக் கண்டித்து தீர்மானம் நிறைவேற்றப்பட்டது. ஆகஸ்ட் 24, 1940 அன்று திருவாரூரில் நடைபெற்ற ஜஸ்டிஸ் கட்சி மாகாண மாநாட்டில் பெரியார் தலைவராகத் தேர்ந்தெடுக்கப்பட்டுத் திராவிட நாடு பிரிவினைக் கோருவதெனத் தீர்மானம் நிறைவேற்றப்பட்டது.

இந்தியாவில் ஆரியர், திராவிடர், முஸ்லீம் எனும் மூன்று இனங்கள் உள்ளன; இந்தியா இனவாரியாக பிரிக்கப் பட்டால்தான் அந்தந்த இனத்துக்கான ஆட்சியும் அதிகாரமும் கிடைக்கும், இல்லையேல் தன்னலமும் சூழ்ச்சியும் மிக்க ஆரிய இனம் ஆள, மற்ற இனங்கள் அடிமைப்பட்டு வாழும்; எனவே இந்தியாவை மூன்று வட்டாரங்களாகப் பிரித்து, திராவிடர்களின் அகமாகிய சென்னை மாகாணம் தனி நாடாகப் பிரிக்கப்பட வேண்டுமென வாதிட்டனர். ஜஸ்டிஸ் கட்சிக்குப் பிறகு திராவிடர் கழகமும் இந்தத் திராவிட நாடு கோரிக்கையைத் தொடர்ந்தது. "திராவிடத் திருநாட்டிலே ஆரிய அரசா? அதற்குப் பார்ப்பன முரசா?" என்று கேட்டு, முஸ்லீம்களுக்காகப் பாகிஸ்தான் உருவாக்கப்படவிருப்பது போல, எங்களுக்குத் திராவிட நாடு தருக என்றனர் திராவிடக் கழகத்தினர்.

மீண்டும் 1946ஆம் ஆண்டு இந்தியைக் கட்டாயப் பாடமாக காங்கிரசு அமைச்சரவை புகுத்தியபோது, திராவிடர் கழகம் அதனை எதிர்த்து சென்னைப் பள்ளிகள் முன்பு தினமும் தொடர்ந்து மறியல் போராட்டம் நடத்தி, "கட்டாய இந்தி"யைக் கைவிடச்செய்தது. இந்தி அவ்வப்போது தலைதூக்குவதும், அப்போதெல்லாம் தமிழர்கள் உடனே தட்டிவைப்பதும் இன்னும் தொடர்ந்து நடந்துகொண்டிருக்கிறது.

மேற்கண்ட உரிமை மீட்புப் போராட்டங்களை, உரிமை காக்கும் செயல்பாடுகளை வெறுப்பு அரசியல் என்று சொல்வது தகாது, கூடாது. அதிகாரத்தைத் தங்கள் கைகளில் குவித்து வைத்துக்கொண்டு, ஒரு குழு இன்னொரு குழுவினரை அடக்கி ஆள்வதை, ஆதிக்கம் செய்வதைத் தட்டிக் கேட்பது வெறுப்பாகாது; அது விடுதலை வேட்கையால் எழும் அறச் சீற்றம். "ஒருவரின் தீவிரவாதி, இன்னொருவரின் விடுதலைப் போராளி" என்று சொல்வது போல, நீங்கள் எந்தப் பக்கம் இருந்து பார்க்கிறீர்கள் என்பதைப் பொறுத்துத்தான் வெறுப்பு அரசியலா அல்லது விடுதலை அரசியலா என்று முடிவு செய்ய முடியும்.

அரசியலில் கொள்கை முரண்களும் அதனாலெழும் கோபதாபங்களும் இருக்கலாம், இருக்க வேண்டும். ஆனால் பகையுணர்ச்சியும் வெறுப்பும் இருப்பது ஆரோக்கியமானதல்ல. பெரியார் – அண்ணா காலத்திலேயே இந்தப் போக்கு துவங்கியது. இந்தியா விடுதலை அடைந்த நாள் ஆகஸ்ட் 15, 1947 திராவிடருக்குத் துக்க நாள் என்று பெரியார் அறிக்கை வெளியிட, அண்ணா அதற்குத் "திராவிட நாடு" இதழில் "துக்க நாளல்ல, மகிழ்ச்சிக்குரிய நன்னாள்" என்று எதிர்ப்பு தெரிவிக்க, அவர்களுக்குள் மோதல் உருவாயிற்று. 1949 மே, யூன் மாதங்களில் பெரியார் – ராஜாஜி இரகசிய சந்திப்பு, இயக்கத்தில் "எனக்கு நம்பிக்கை உள்ளவர்கள் கிடைக்கவில்லை" என்ற பெரியாரின் சலிப்பு, 72 வயது பெரியார், 29 வயது மணியம்மை திருமண அறிவிப்பு என்று அல்லோலப்பட்டது தமிழக அரசியல்.

செப்டம்பர் 18, 1949 அன்று திராவிட முன்னேற்றக் கழகத்தின் அமைப்புக் குழுக் கூட்டம் சென்னையில் நடந்தது. அன்று மாலை இராபின்சன் பார்க் மைதானத்தில் நடந்த துவக்க விழா பொதுக்கூட்டத்தில் அண்ணா பேசும்போது "இக்கூட்டத்தின் இடையே மழை பொழிந்து சற்று சங்கடத்தைத் தருவது போல, இடையிடையே சிறு சிறு தூறல்கள் தூறலாம். நம்மிடையே, அது வார்த்தை வடிவிலேதான் வரலாம்,

விசாரப்படாதீர்கள். அதுவும் அந்தப் பக்கமிருந்துதான் வரலாம்" என்று சொன்னார். தொடர்ந்து பேசிய அவர் குறிப்பிட்டார்: "பெரியார்தான் . . . மனம் நோகும்படி பேசினார். ஏசினார். நடந்தார் – நடந்து கொண்டிருக்கிறார். நாம் அவரோடு மேலும் போராடவோ, மோதவோ விரும்பவில்லை. விவேகமல்ல என்று கருதுவதால் – வீண் வேலை என்று நினைப்பதால்." பெரியார் நீண்ட நாள் வாழட்டும் என்று வாழ்த்திய அண்ணா "அவர் கொள்கை திட்டம், நம்மால் நிறைவேற்றப்படுவதைக் கண்டு களிக்கட்டும்! தவறு இருந்தால் திருத்தட்டும்! போகும் பாதை தவறு என்றால் சுட்டிக் காட்டட்டும்! ஆனால் வேலை செய்வதைத் தடுக்க வேண்டாம். பகையுணர்ச்சியை வளர்க்க வேண்டாம்" என்று கோரிக்கை வைத்தார்.

அறிஞர் அண்ணா முதிர்ச்சியுடனும் பெருந்தன்மையுடனும் நடந்துகொண்டார். தான் முதல்வரானதும் தந்தை பெரியாரையும், எதிர்க்கட்சித் தலைவர் பெருந்தலைவர் காமராஜரையும் சென்று சந்தித்தார். "மாற்றான் தோட்டத்து மல்லிகைக்கும் மணம் உண்டு" என்று வாதிட்டார். ஆனால் அண்ணா உயிரோடு இருக்கும்போதே தனிமனித வெறுப்புக்கள் கட்சியில் தலைதூக்க ஆரம்பித்து விட்டன. அண்ணா – சம்பத் என்று தொடங்கி, கருணாநிதி – சம்பத், கருணாநிதி – நெடுஞ்செழியன் என்றெல்லாம் தொடர்ந்து ஏராளமான தனிமனித போட்டிப் பொறாமைகள் தலை தூக்கின. கருணாநிதி ஆட்சிக்கு வந்ததும், "வெறுப்பு" பிரச்சினைப் பெரிதாயிற்று.

மார்ஷல் நேசமணி அவர்கள் 1968இல் மரணமடையவே, நாகர்கோவில் நாடாளுமன்றத் தொகுதியில் இடைத்தேர்தல் வந்தது. இராஜாஜி தனது சுதந்திராக் கட்சி யின் வேட்பாளர் டாக்டர் எம்.மத்தியாஸ் வெற்றிபெற உதவுமாறு அண்ணாவைக் கேட்டுக்கொண்டார். அண்ணா தனது பொதுப்பணித்துறை அமைச்சர் கருணாநிதியைத் தேர்தல் பணிக்காக அனுப்பிவைத்தார். காமராஜர் – மத்தியாஸ் போட்டியை "வந்த நாடார் – சொந்த நாடார்" என்று பிரித்துப் பேசி தொகுதியின் பெரும்பான்மை நாடார் மக்களுக்கிடையே பிரிவினை உண்டு பண்ணி வெற்றி பெற முடியுமா என்று பார்த்தார் கருணாநிதி. இந்த "வந்தவர்" கதையை ஏற்காத குமரி மக்கள் காமராஜரை ஒன்றேகால் லட்சம் வாக்கு வித்தியாசத்தில் வெற்றி பெறச் செய்தனர். அந்தக் காலத்து 'முரசொலி' நாளிதழ் கருத்துப் படங்கள் எல்லாமே, காங்கிரசுக்காரர்களைப் பெருத்த உடலும், பானை

வயிறும் கொண்ட முதலாளிகளாக, பணக்காரர்களாகவே சித்திரிக்கும். வெறுப்பு எனும் சக்தி வாய்ந்த உணர்வு படங்களிலும் செய்திகளிலும் பேச்சுக்களிலும் இழைந்தோடிக் கொண்டிருக்கும்.

தி.மு.க.விலிருந்து 1972ஆம் ஆண்டு எம்.ஜி.ஆர். நீக்கப் பட்டது முதல் கருணாநிதி – எம்.ஜி.ஆர். எனும் தனிமனித வெறுப்பில் மூழ்கியது தமிழக அரசியல். தி.மு.க. – அ.தி.மு.க. பற்றிக் குறிப்பிட்டுப் பேசிய கருணாநிதி ஒருமுறை நீதி – அநீதி, நியாயம் – அநியாயம் போல தி.மு.க. – அ.தி.மு.க. அமைகின்றன என்று விளக்கமளித்தார். இந்த "அ" சேர்ப்பைத் தவிர இரு கட்சிகளுக்குமிடையே எந்தக் கொள்கை வேறுபாடுகளோ, கோட்பாடு மாறுபாடுகளோ கிடையாது.

எம்.ஜி.ஆர். கட்சியிலிருந்து நீக்கப்பட்ட ஒரு வாரம் கழித்து கலைவாணர் என். எஸ். கிருஷ்ணன் மகன் திருமணத்தில் ஏற்கெனவே இசைவு தெரிவித்தபடி கலந்து கொண்டாராம். முதல்வராக, சக்தி வாய்ந்த கட்சியின் தலைவராக இருந்த வலுவான கருணாநிதி முன்பாகவே அந்த விழா மேடைக்கு வந்திருந்தும், வலுவிழந்திருந்த எம்.ஜி.ஆரிடம் பேசவேயில்லை என்று அண்மையில் எங்கோ படித்தேன். "முரசொலி" எம்.ஜி.ஆரை "எலிமூஞ்சியார்" என்று குறிப்பிட்டது; அப்போதைய அ.தி.மு.க. பத்திரிகையான "அண்ணா" கருணாநிதியை "கருநாய்நிதி" என்று குறிப்பிட்டது.

எம்.ஜி.ஆர். முதல்வராக இருந்தபோது அவரால் சிறை யில் அடைக்கப்பட்ட கருணாநிதி "சிறையில் பூத்த சின்னச் சின்ன மலர்கள்" என்ற சிறு புத்தகம் ஒன்றை எழுதினார். அதைக் கிண்டலடித்து "அண்ணா" பத்திரிகை "சிறையில் சிரைத்த சின்னச் சின்ன முடிகள்" என்ற ஒரு கட்டுரைத் தொடரை வெளியிட்டது. இவற்றையெல்லாம் படித்து வளர்ந்த எனது தலைமுறையினர் இருவரில் ஒருவரை வெறுத்தே அரசியலைப் புரிந்துகொண்டோம், சிந்தித்தோம், பேசினோம். எம்.ஜி.ஆர். மறைவுக்குப் பிறகு, தமிழக அரசியல் ஜெயலலிதா – ஜானகி வெறுப்பு, ஜெயலலிதா – வீரப்பன் வெறுப்பு என்றெல்லாம் கலங்கி, ஜெயலலிதா – கருணாநிதி வெறுப்பு என்று "தெளிந்து" தொடர்கிறது. ஒட்டுமொத்தத் தமிழகமே ஒழிந்துபோனாலும் இவர்கள் இருவரும் ஒருவரையொருவர் சந்திக்கவோ, பார்த்துப் பேசவோ மாட்டார்கள்.

கருணாநிதி மீதான வெறுப்பினால்தான் 1976இல் நெடுஞ்செழியன், ராஜாராம், மாதவன், சத்தியவாணி முத்து போன்றோர் "மக்கள் தி.மு.க." எனும் கட்சியைத் துவங்கினார்கள்.

இதே போன்ற சூழலில்தான் 1993இல் வைகோ "மறுமலர்ச்சி திராவிட முன்னேற்றக் கழகம்" துவக்கினார். தற்போது ஜெயலலிதா – கருணாநிதி வெறுப்புடன், ஜெயலலிதா – விஜயகாந்த் வெறுப்பு, ஸ்டாலின் – அழகிரி வெறுப்பு, பாட்டாளி மக்கள் கட்சி – விடுதலை சிறுத்தைகள் கட்சி வெறுப்பு, திராவிடம் – தமிழ்த் தேசியம் வெறுப்பு, தலித் வெறுப்பு, சிங்களவர் வெறுப்பு, கன்னடர் வெறுப்பு, மலையாளிகள் வெறுப்பு என்று தலைவிரித்து ஆடிக் கொண்டிருக்கிறது வெறுப்பு அரசியல். தேசியக் கட்சிகளான காங்கிரசுக்குள் கோஷ்டி வெறுப்பு, பாரதீய ஜனதாவுக்குள் சாதி வெறுப்பு, சி.பி.ஐ., சி.பி.எம். பொதுவுடைமைக் கட்சிகளில் அடிப்படை சித்தாந்தத்தின் மீதே வெறுப்பு – இப்படியாக வெறுப்பு அரசியல், வெறுப்பு சித்தாந்தமாகித் தமிழ் பண்பாட்டில் வேரூன்றிப் போய்விட்டது. தமிழ் எழுத்தாளர்கள், அறிவு சீவிகள்கூட யாரையும் எதையும் வெறுக்காமல் சிந்திக்க, பேச, எழுத முடியவில்லை. தமிழகமெங்கும் சாதி, மத வெறுப்பு இன்றும் தாண்டவம் ஆடிக்கொண்டிருக்கிறது. ஊடக நிறுவனங்களுக்கிடையே வெறுப்பு, பத்திரிகைகளுக்கிடையே வெறுப்பு, இயக்கங்களுக்கிடையே வெறுப்பு எனத் தமிழகமே வெறுப்பில் தத்தளிக்கிறது.

இன்றைய முக்கியமான தமிழக அரசியல் கட்சிகளின் சமூக, அரசியல், பொருளாதாரக் கொள்கைகள் பற்றி சற்றே சிந்தியுங்கள். சாதி மதக் கொடுமைகள், சமூக நீதி, பெண் விடுதலை, மதுவிலக்கு போன்ற பல சமூகப் பிரச்சினைகளில் இந்தக் கட்சிகளின் நிலைப்பாடு என்ன? சனநாயகம், சமத்துவம், மதச்சார்பின்மை, குடியரசு, கொள்கை அரசியல் குறித்த இவர்களின் தத்துவார்த்தப் பார்வைகள், யதார்த்தச் செயல்பாடுகள் என்னென்ன? தனியுடைமை, பொதுவுடைமை, கலப்புப் பொருளாதாரம், வளர்ச்சி சித்தாந்தம் பற்றிய இவர்களின் புரிதல், போக்கு என்ன? உண்மையில், பெரும்பாலான தலைவர்களுக்கோ, தொண்டர்களுக்கோ இவற்றைப் பற்றி அக்கறையே கிடையாது.

"அண்ணா வழியில் அயராது உழைப்போம்; ஆதிக்கமற்ற சமுதாயம் அமைத்தே தீருவோம்; ஏழையின் சிரிப்பில் இறைவனைக் காண்போம்" – இவையெல்லாம் தி.மு.க.வின் முக்கியமான கொள்கைகளுள் சில. ஏதாவது புரிகிறதா? "அண்ணா நாமம் வாழ்க" என்பது அ.தி.மு.க.வின் முக்கியமான கொள்கை. "இயன்றதை செய்வோம் இல்லாதவர்க்கே" என்பது தேசிய முற்போக்கு திராவிடக் கழகத்தின் இன்றியமையாத கொள்கை. அர்த்தமே இல்லாத அலங்கார வார்த்தைகள்தான்

தமிழக அரசியலை ஆக்கிரமித்துக்கொண்டிருக்கின்றன. ஆனால் பெரும்பாலான அரசியல்வாதிகளுக்குத் தங்கள் தலைவரை உயர்த்த வேண்டும், அவரின் எதிரியை வெறுக்க வேண்டும், முன்னவரைப் புகழ வேண்டும், பின்னவரை இகழ வேண்டும் என்பது தெளிவாகத் தெரியும். பதவிகளும் பொறுப்புக்களும் சலுகைகளும் சன்மானங்களும் இதனடிப்படையில்தான் தீர்மானிக்கப்படுகின்றன.

வெறுப்புதான் தமிழகத்தின் தாரக மந்திரம். தனிமனித வெறுப்பின்றி யாரும் தமிழகத்தில் அரசியல் செய்ய முடியாது, பதவி பெற முடியாது, ஒரு பொருட்டாக உருவெடுக்க முடியாது. அண்மையில் காரல் மார்க்ஸ் எனும் தி.மு.க.வின் பெண் தலைவி ஒருவர் ஜெயலலிதாவைக் கடுமையாக தாக்கிப் பேசி, அறிவாலயத்திலிருந்து ஏதோ பெற முயல, அவர் கைது செய்யப்பட்டு குண்டர் சட்டத்தில் அடைக்கப்பட்டார். ஒருவேளை இதுவே எதிர்வரும் தேர்தலில் தி.மு.க.வின் வேட்பாளராகிட அவருக்கு உதவலாம்.

இந்த வெறுப்பு அரசியலிலிருந்து வெளியே வர என்ன வழி? வெறுப்பு ஒரு மனப்பழக்கம். குடிப் பழக்கத்திலிருந்து வெளியே வருவதைவிடக் கடினமானது வெறுப்பிலிருந்து வெளியே வருவது. தமிழர்களாகிய நாம் அனைவரும் ஒன்றாக நின்று நமது அரசியலை, சமூகத்தை, பண்பாட்டை மீட்டெடுக்க வேண்டிய தருணம் இது.

1. வெறுப்பு எனும் சக்திமிக்க ஆயுதத்தை வைத்து பெரும்பாலான அரசியல் கட்சிகளும் தலைவர்களும் நம்மை ஏய்ப்பதை, ஏமாற்றுவதைப் புரிந்துகொள்வோம்.

2. தமிழக வரலாற்றில் முதன்முறையாகச் சாதாரண மக்கள் அரசியலைத் தங்கள் கைகளில் எற்றெடுத்து அரசின், ஆட்சியாளர்களின் கொள்கைகளை, அரசியல் கோட்பாடுகளை, வளர்ச்சித் திட்டங்களைப் பற்றியெல்லாம் விலாவாரியாக விவாதித்து, புரிந்து, தெளிந்து, தீர்க்கமான நிலைப்பாடு எடுத்து நடக்கின்றனர், நடத்துகின்றனர். கூடங்குளம் போராட்டம், காவிரி நதிநீர்ப் போராட்டம், முல்லைப் பெரியாறு போராட்டம் போன்றவை மிகச் சிறந்த உதாரணங்கள். தமிழகமெங்கும் எளிய மக்கள் தலைவர்களாவதும், மக்கள் பிரச்சினைகளைத் தங்கள் கைகளில் எடுத்துக்கொள்வதும் மிகமிக முக்கியமாகும். மக்கள் தலைவர்களாகும்போது தலைவர்கள் பின்தொடர்வர். மக்கள் பிரச்சினைகள் பேசப்படும்போது, ‘மாண்புமிகு’க்களின் வெறுப்பு அரசியலுக்கு இடமில்லாமல் போகும்.

3. அரசியலில் கொள்கைகள் முன்னிறுத்தப்படும் போக்கு உருவாக்கப்பட வேண்டும். அரசியல்வாதிகள் தங்கள் கொள்கைகளை, கோட்பாடுகளை, இலட்சியங்களை, இலக்குகளை, கனவுகளை, மக்கள் பிரச்சினைகளுக்கான தீர்வுகளைப் பற்றிப் பேசிட நாம் வற்புறுத்த வேண்டும்.

4. தனிமனித வழிபாட்டுக் கலாச்சாரத்தைத் தொடர்கிறவர்கள், ஒருவனைப் புகழ்ந்து அல்லது வெறும் வெறுப்பை உமிழ்ந்து பிழைப்பு நடத்துகிறவர்களை முற்றிலுமாகப் புறக்கணிக்க வேண்டும். ஓர் அரசியல் தலைவர் இன்னொருவரை "குடிகாரன்" என்றழைப்பதும், அவர் பதிலுக்கு "இவர்தான் அருகேயிருந்து ஊற்றிக் கொடுத்தாரா?" என்று விரசமாகக் கேட்பதும் எங்களால் ஏற்றுக்கொள்ளப்படாது என்பதைத் தெளிவாகச் சொல்ல வேண்டும். சினிமாவில் நடித்தவன், பெருந்தலைவன் ஒருவரின் பின்னால் திரிந்தவன், வெறுமனே அவர் பெயர் சொல்பவன் என்று தலைவர்களைத் தேர்ந்தெடுக்காமல், உண்மையான, உணர்வுமிக்க, கொள்கைகள், கனவுகள் உடைய, வழிநடத்தும் திறனுடைய உத்தமர்களைத் தலைவராக்குவோம். அரசியல் தலைவரைக் கடவுளாக்காமல், பணியாளராக்குவோம். அரசியல் கட்சியை மதமாக்காமல் இயக்கமாகப் பார்ப்போம்.

5. "அழுக்காறு, அவா, வெகுளி, இன்னாச்சொல்" எனும் பண்புகள் பொதுவாழ்க்கைக்கு உகந்தவையல்ல, இவற்றைப் பயன்படுத்துவோரை ஒதுக்கித் தள்ளுவோம் என்ற நிலைப்பாட்டை மக்களும் ஊடகங்களும் அறிவுசீவிகளும் இயக்கங்களும் ஏனையோரும் எடுத்தாக வேண்டும்.

உதவிய நூல்

டி.எம். பார்த்தசாரதி, *தி.மு.க. வரலாறு*. சென்னை: பாரதி நிலையம், 1986.

கருணாயிசம்: தற்போதைய தமிழின அரசியலின் ஒரே கொள்கை

இந்திய, தமிழக அரசியலில் 1950களிலும் அறுபதுகளிலும் சக்தி வாய்ந்தவராயிருந்த பெருந்தலைவர் காமராசர் (1903 – 1975) தன்னை ஒரு சோசலிசவாதி என்று அழைத்துக்கொண்டார். "பின்தங்கியிருப்போர் முன்னேற வேண்டும். வாழ்க்கைக்கு இன்றியமையாத உணவு, உறைவிடம், கல்வி, வேலை – இவை கிடைக்க வேண்டும். இதுவே சோஷலிசம்" என்றார் அவர். அடக்குமுறையின்றி, வகுப்புச் சார்பின்றி, அடிப்படை உரிமைகளுக்குப் பாதகமின்றி சோசலிச சமுதாயம் அமைக்க முடியுமென்று தான் நம்புவதாக அடித்துச் சொன்னார் காமராசர். காங்கிரசின் சோசலிசக் கொள்கைக்கு எதிராக அறுபதுகளில் ராஜாஜி (1878–1972) நடத்திய சுதந்திரா கட்சி தனியார்மயமாக்கல், தாராளமயமாக்கல் போன்ற கொள்கைகளோடு பெருமுதலாளிகள், முன்னாள் மன்னர்களுக்கு ஆதரவான வலதுசாரி சக்தியாக இந்திய, தமிழக அரசியலில் இயங்கி, பெருமளவு மக்கள் ஆதரவு இன்றி நொண்டிக்கொண்டிருந்தது.

திராவிடர் கழகத்தின் தலைவர் தந்தை பெரியார் – மணியம்மை திருமணத்திற்குப் பிறகு, திராவிடர் கழக மத்திய நிர்வாகக் குழு உறுப்பினர் கூட்டம் செப்டம்பர் 17, 1949 அன்று சென்னையில் நடந்தது. அதில் பலரும் பேசிய பிறகு, அறிஞர் அண்ணா ஓர் அறிக்கை வாசித்தார்.

அதில் இப்படிக் குறிப்பிட்டார்: "திராவிடர் கழகத்திலே இருந்து நாம் பணியாற்றுவதன் நோக்கம், நாட்டிலே அறிவுப் புரட்சி உண்டாக்கி, வைதீக ஆதிக்கத்தை அகற்றி – நல்லாட்சி அமையவும், வட நாட்டு ஏகாதிபத்தியம் குழம்பி, திராவிடத்தைத் தேய வைக்காமல் தடுக்கவுமேயாகும். மற்ற சில அரசியல் கட்சிகள் போல உடனடியான அரசியல் நோக்கம் கொண்டதல்ல நமது பணி. திராவிடச் சமுதாய ஜாதித் தளைகளை நீக்கி மதப் பிடிப்புகளை அகற்றி, பொருளாதாரத் துறையில் சமதர்ம நாடாகவும், அரசியல் துறையில் எந்த அந்நிய நாட்டிற்கும் அடிமைப்படாமலும், தனி உரிமையுடன் விளங்க வேண்டுமென்பதே நமது குறிக்கோள்."

அந்த அறிக்கை நாட்டின் நிலையைத் தெளிவாக விளக்கியது: "நாட்டின் நிலைமையை நீங்கள் நன்கு அறிவீர்கள். வட நாடு – தென்னாடு என்னும் பேத உணர்ச்சி, தில்லியில் பேசப்படவேண்டிய அளவுக்கு வளர்ந்துவிட்டது. மொழி ஏகாதிபத்தியம் உருவாக்கப்பட்டிருக்கிறது. மாகாண ஆட்சி மன்றங்கள் தில்லியின் சூத்திரக் கயிற்றிலாடும் பதுமைகளாக்கப்பட்டுவிட்டன. தொழிலாளரின் பிரச்சினை, யாரும் ஒதுக்கிவிடாத நிலையிலும் வளர்ந்துவிட்டது. பொருளாதார நிலையோ பஞ்சமும், பட்டினியும், வேலையில்லாக் கொடுமையும் நாட்டிலே கிளம்பிக் கேடு விளைவிக்கும் விதத்தில் கெட்டு வருகிறது. பழமையோ, புதிய பட்டாபிஷேகத்துக்கான நாள் குறித்துக்கொண்டிருக்கிறது." பக்குவப்பட்ட தலைவர் என்பதால் அண்ணா தன் தோழர்களை அருமையாக வழிநடத்தினார். திராவிடர் கழகத்தை, அங்கிருக்கும் பணத்தைக் கைப்பற்ற நினைத்தால் மோதல் போக்கு வளரும், பேதப்பேச்சு முன்னணிக்கு வந்து, கலகச் சூழ்நிலை உருவாகி, வெறுப்பே மிச்சமாகும் என்று தனது தோழர்களுக்குப் பக்குவமாக எடுத்துச்சொன்னார். பிறர் கேலி செய்தாலும் பரவாயில்லை, "பகை, பலன் தராது – முடிவு காண முடியாதது – எதிர்ப்புச் சக்திகளுக்கு, பாசிசத்துக்கும் – பழைமைக்கும் இடமளிக்கக் கூடியதாகும். எனவேதான், ஆற்றல் இருந்தும் அடக்கம் வேண்டும் என்று வலியுறுத்துகிறேன் – கோழை என்று கேலி செய்யப்படுவதானாலும் சரி, வெறியன் என்ற சொல்லுக்கு இலக்காகக் கூடாது என்று எண்ணுகிறேன்" என்று குறிப்பிட்டார் அண்ணா.

செப்டம்பர் 18,. 1949 அன்று காலை அமைப்புக் குழு கூட்டம் நடத்திவிட்டு, மாலை சென்னை, இராயபுரம் இராபின்சன் பூங்கா மைதானத்தில் திராவிட முன்னேற்றக்

கழகத்தின் துவக்க விழாக் கூட்டம் நடத்தினர். இறுதியாக அண்ணா பேசும்போது, அண்மைக் கால நிகழ்வுகளை, இக்கட்டுகளை, பெரியாரின் போக்கை, புதிய கட்சி தொடங்க வேண்டிய நிர்ப்பந்தத்தைப் பற்றித்தான் அதிகம் பேசினார். புதிய கட்சியின் கொள்கைகள் ஆங்காங்கு குறிப்பிடப்பட்டன. "திராவிடர் கழகமாகட்டும் – திராவிட முன்னேற்றக் கழக மாகட்டும் படை வரிசை வேறு என்றாலும் கொள்கை ஒன்றுதான். கோட்பாடு ஒன்றுதான், திட்டமும் வேறு அல்ல, என்ற நிலை இருந்தே தீரும். படைவரிசை இரண்டுபட்டு விட்டது என்று எக்காளமிடும் வைதீகபூரிக்கும், வட நாட்டு ஏகாதிபத்யத்துக்கும் சம்மட்டியாக விளங்க வேண்டும். இரு கழகங்களும் இரு திக்குகளிலுமிருந்து வட நாட்டு ஏகாதிபத்யத்தை ஒழித்து, வைதீகக்காட்டை அழித்துச் சமதர்மப் பூங்காவைத் திராவிடத்தைச் செழிக்கச் செய்தல் வேண்டும்" என்றார். "நாட்டிலே ஆற்றிவந்த நல்லறிவுப் பிரச்சாரத்தைத் தொடர்ந்து நடத்துவோம்! பாசீசத்தையும் பழமையையும், நாட்டைப் பாழ்படுத்தும் சக்திகளையும் எதிர்த்துப் போராடுவோம்" என்று கொட்டும் மழைக்கிடையே முழங்கினார் அண்ணா. "முக்கியமாக, முதல் வேலையாக எழுத்துரிமை, பேச்சுரிமை எதையும் அடக்கும் சர்க்கார் போக்கை எதிர்த்துப் போரிடத் திராவிட முன்னேற்றக் கழக முன்னணிப் படை அமைய வேண்டும் . . . பேச்சுரிமையைப் பறிக்காதே, எழுத்துரிமையைத் தடுக்காதே, புத்தகங்களைப் பறிமுதல் செய்யாதே என்று போரிடுவோம்!" என்ற வீர முழக்கத்தோடு தனதுப் பேச்சை முடித்தார் அண்ணா.

கட்சித் தொடங்கி சுமார் பதினேழு ஆண்டுகள் கழித்து தேர்தலில் பெரும்பான்மை பெற்று, 1967 பெப்ருவரி முதல் 1969 பெப்ருவரி வரை முதல்வராகப் பணியாற்றி, அறிஞர் அண்ணா (1909 – 1969) அகாலமாக மரணமடைந்ததும், நாவலர் நெடுஞ் செழியன் தற்காலிக முதல்வராகப் பொறுப்பேற்றார். ஆனால் நாவலரைப் புறந்தள்ளி, எம்.ஜி.ஆர். போன்ற நெருக்கமான நண்பர்கள், முன்னணித் தலைவர்கள் உதவியுடன் கலைஞர் மு. கருணாநிதி முதல்வர் பதவியைப் பிடித்தார். "கருணாநிதியைத் தலைவராகத் தேர்ந்தெடுப்பதன் மூலம் ஒரு பலசாலிக்குப் பின்னால் தனது பேதங்களை விட்டொழித்து தி.மு.க. ஒன்று சேர்ந்திருக்கிறது" என்று 'ஸ்டேட்ஸ்மேன்' நாளிதழ் தலையங்கம் எழுதியது. பத்திரிகையாளர் ப.திருமாவேலன் குறிப்பிடுவது போல, "கருணாநிதி அளவுக்கு உயரம் தாண்டியவர்கள், தமிழக அரசியலில் இதுவரை எவரும் இல்லை. ஐந்து முறை தமிழ் நாட்டு முதல்வர், தொடர்ச்சியாக 11 முறை சட்டமன்ற

உறுப்பினர் தேர்தலில் வென்றவர், 38 வயதில் தி.மு.க. பொருளாளர், 44 ஆண்டுகளாகத் தி.மு.கவின் தலைவர் என்று அடுக்கிக்கொண்டே செல்லலாம்." நேரங்காலம் பார்க்காத உழைப்பு, ரத்த ஓட்டம் மொத்தமும் அரசியலாக ஓடிக் கொண்டிருப்பது, எதிர்ப்பையே பார்த்துப்பார்த்துப் பழகிய தன்மை, மனவலிமை, சுயசிந்தனை எனக் கருணாநிதியின் பலங்களைப் பட்டியலிடுகிறார் திருமாவேலன்.

தேர்ந்த நிர்வாகியாக தனது பொறுப்பைத் தொடங்கித் தொடர்ந்தவர், இந்திரா காந்தி அறிவித்த நெருக்கடி நிலையைக் கடுமையாக எதிர்த்தார். சர்வாதிகாரத் தன்மை கொண்ட இந்திரா காந்தி, 1976இல் கருணாநிதி அரசைக் கவிழ்த்து, அவர் மீதான ஊழல் குற்றச்சாட்டுக்களை விசாரிக்க சர்க்காரியா கமிஷனை நியமித்தார்.

லஞ்சம், ஊழல் போன்ற வார்த்தைகள் தமிழக இல்லங்களில், தெருவோர அளவளாவல்களில், தமிழ்க் குடிமைச் சமூகத்தில் வந்து புகுந்தன. சர்க்காரியா கமிஷன் தனது அறிக்கையில் கருணாநிதியும், அவரது அமைச்சர்களும் மிக நுட்பமாக, தடயங்கள் ஏதுமின்றி ஊழல் செய்திருப்பதாகக் குறிப்பிட்டு, அதனை 'அறிவியல் பூர்வமான ஊழல்' என்றழைத்தது. வெற்றுப்பேச்சும் வாய்ப்பந்தலும் வாய்ச்சொல் வீரமும் மலிந்து கிடந்த தி.மு.க.வின் அரசியலில் கட்சிக் கொள்கைகள் கவர்ச்சி மாத்திரைகள் வடிவில் வழங்கப்பட்டன. "அண்ணா வழியில் அயராது உழைப்போம்," "ஆதிக்கமற்ற சமுதாயம் அமைத்தே தீருவோம்," "இந்தித் திணிப்பை என்றும் எதிர்ப்போம்," "ஏழையின் சிரிப்பில் இறைவனைக் காண்போம்" போன்ற கவர்ச்சி வாசகங்களின் பின்னால் எந்தவிதமான தெளிவான அரசியல் சித்தாந்தமோ, பொருளாதாரக் கோட்பாடோ, சமூக சிந்தனையோ இருக்கவில்லை. பேருந்து நிலையங்களுக்கும் சாலைகளுக்கும் கட்டிடங்களுக்கும் அண்ணா பெயரைச் சூட்டுவதுதான் விமரிசையாக நடந்தது.

"அண்ணா வழியில் அயராது உழைப்போம்" என்பது கருணாநிதி தி.மு.க.வால் முக்கிய கொள்கையாக வலியுறுத்தப் பட்டாலும், எது அண்ணா வழி, அதனுடைய சிறப்பம்சங்கள் என்ன, அந்த வழி தமிழகத்தை எங்கே இட்டுச்செல்லும் என்றெல்லாம் யாருக்கும் தெரிந்திருக்கவில்லை. எம்.ஜி.ஆரின் சக்திமிக்க புகழையும் முக்கியத்துவத்தையும் குறைக்கவும், அவருக்கு தொழிற்போட்டியை ஏற்படுத்தவும் தனது மகன் மு.க. முத்துவை முன்னிலைப்படுத்தவும் கருணாநிதி முயன்றபோது, அவரும் எம்.ஜி.ஆரும் மோதிக்கொண்டனர்.

தி.மு.க.விலிருந்து 1972ஆம் ஆண்டு எம்.ஜி.ஆர். விலக்கப்பட்டு தனிக்கட்சி தொடங்கினார். கட்சியின் கொள்கை என்ன என்று கேட்டபோது, "அண்ணாயிசம்" என்று பதிலளித்தார் எம்.ஜி.ஆர். அண்ணாயிசம் என்றால் என்ன என்று யாரும் அறிந்திருக்கவில்லை. இதைக் குழப்பம், வெறுமை என்ற அர்த்தங்களில் சித்திரித்துப் பல நகைச்சுவை உரையாடல்கள் தமிழகமெங்கும் பரவிக்கிடந்தன. எடுத்துக்காட்டாக 'தங்கப் பதக்கம்' திரைப்படத்தில் வைகைவளவன் என்ற சோ நடித்த கதாபாத்திரம் சொல்வார்: "அண்ணனுக்கெல்லாம் தம்பி, தம்பிகளுக்கெல்லாம் அண்ணன், அதுதான் அண்ணாயிசம்" என்று.

தமிழகத்து கருணாயிசம்

இன்றைய தமிழக அரசியலில் ஒரே ஒரு கொள்கைதான் கோலோச்சுகிறது. தமிழீழத்தையும் சேர்த்து சிந்தித்தால், ஒட்டுமொத்த தமிழின அரசியலில்கூட அதே கொள்கைதான் தாண்டவமாடிக் கொண்டிருக்கிறது என்று சொல்லலாம். அந்தக் கொள்கை கருணாயிசம். கருணாயிசம் என்றதும் தமிழகத்தில் கருணாநிதி செய்து வருகிற சமரச அரசியலோ, தமிழீழத்தில் கருணா செய்து வருகிற துரோக அரசியலோ மட்டும் உங்கள் மனத்திரையில் எழுந்தால் கருணாயிசத்தை நீங்கள் முழுமையாகப் புரிந்துகொள்ளவில்லை என்றுதான் அர்த்தம். கருணாயிசம் என்பதைச் சுயநலவாதம், பிழைப்புவாதம், சந்தர்ப்பவாதம் எனும் மும்மையைக் குறிக்கும் ஒற்றைப் பெயராகக் கொண்டால், தமிழினத்தின் பெரும்பான்மை அரசியல் கட்சிகளும் இயக்கங்களும் கருணாயிசத்தையே கொள்கையாகக் கொண்டிருப்பது புரியும்.

கால் நூற்றாண்டுக்கு முன்னால், என் வயதொத்த தமிழ் இளைஞர்கள் பலரும் கலைஞர் கருணாநிதி மீது மிகுந்த நம்பிக்கையும் மரியாதையும் கொண்டிருந்தோம். எம்.ஜி.ஆர். தனிக்கட்சி துவங்கி கருணாநிதி மீது ஊழல் குற்றச்சாட்டு சுமத்தி எதிர்த்தபோதும் என் போன்றோர் தி.மு.க. அனுதாபிகளாகவே இருந்தோம். நாளடைவில் பெருந்தலைவர் காமராசர் சொன்னது போல், தி.மு.க., அ.தி.மு.க. எனும் இரண்டு கட்சிகளுமே "ஒரே குட்டையில் ஊறிய மட்டைகள்" எனும் உண்மை புரிய ஆரம்பித்தது. இந்தக் கட்சிகள் கடைபிடித்த கருணாயிசம் கொள்கை புரியத் துவங்கியபோது அவற்றிடமிருந்து மெதுவாக விலக ஆரம்பித்தோம். 1999 பொதுத்தேர்தலில் பாரதீய ஜனதா கட்சியோடு கூட்டணி அமைத்து, கருணாநிதி வைதீகபூரியோடு கைகோத்தபோது,

தனது சுயநலத்துக்காக மாறிமாறி காங்கிரசு – பா.ஜ.க. நட்பு என வடநாட்டு ஏகாதிபத்தியத்துக்குத் துணைபோனபோது அவர் மீதிருந்த நம்பிக்கை முழுவதுமாக விலகியது. ஈழத் தமிழர் பிரச்சினையில், குறிப்பாக 2008–2009 காலகட்டத்தில் நடந்த இனப்படுகொலையின்போது அவர் நடத்திய நாடகங்கள், துரோகங்கள், எதிர்ப்புக்களைப் பார்த்தபோது அவர் மீதிருந்த மரியாதையும் முற்றிலுமாக விலகியது. கருணாயிசம் ஆபத்தான கொள்கை மட்டுமல்ல, கடுமையாக எதிர்த்து ஒதுக்கப்பட வேண்டிய கொள்கையும்தான் என்பது தெளிவாகப் புரிந்தது.

முன்னர் குறிப்பிட்டது போல், கருணாயிசம் என்பது சுயநலவாதம், பிழைப்புவாதம், சந்தர்ப்பவாதம் ஆகியவற்றை உள்ளடக்கியது. தன்னலம், தன் குடும்ப நலம், தன் இயக்கத் தோழர் நலம் மட்டுமே முதன்மைப்படுத்தப்படுவதுதான் கருணாயிசம். எவ்வளவோ ஆண்டு கால பொதுவாழ்வு, எத்தனையோ முறை மத்திய, மாநில அதிகாரம் என்றெல்லாம் பீற்றிக்கொண்டாலும், பெருமை பேசினாலும், பொதுமக்களுக்குப் பயன்படாமல் முழுமையாகச் சுயநல அரசியல் நடத்துவதுதான் கருணாயிசம். பொதுமக்கள் ஒரு போக்குவரத்துத் துறை அலுவலகத்துக்குப் போய் கண்ணியத்தோடு, மரியாதையோடு, யாருக்கும் லஞ்சம் கொடுக்காமல், யாராலும் இம்சைப் படுத்தப்படாமல் தன் வாகனத்துக்குச் சாலை வரி கட்டக்கூட முடியாத நிர்வாகம்தான் கடந்த நாற்பத்தைந்து ஆண்டுகளாகத் தமிழகத்தில் நடந்து வருகிறது. தமிழகத்தின் தலைநகராம் சென்னையிலுள்ள ஆட்டோ வாடகையைக்கூட ஒழுங்குபடுத்தாத பொதுவாழ்வுதான் இந்தத் தலைவர்களுடையது. "இந்தியா முழுக்க இதுதானே நிலை?" என்று நீங்கள் கேட்கலாம். ஆனால் அங்கெல்லாம் யாரும் எழுபத்தைந்து ஆண்டு கால பொதுவாழ்வு என்று பெருமை பேசிக்கொள்வதில்லையே?

தேர்தலில் வென்றால் இந்தியனாய் தேசபக்தியில் திளைப்பதும், தேர்தலில் தோற்றால் தமிழனாய் உருப்பெறுவதும் கருணாயிசத்தின் பிழைப்புவாதம். அதிகார வர்க்கச் சூழ்நிலைகள் சாதகமாக இருந்தால் தந்தை பெரியார், அறிஞர் அண்ணா பற்றிய நினைவுகள் ஏதுமின்றி அமைதி காப்பதும், ஆதிக்க சக்திகள் இன்னல் கொடுத்தால் பார்ப்பனீயத்தை எதிர்ப்பதும் இந்தப் பிழைப்புவாதத்தின் தன்மை. மத்திய அரசோடு மோத வேண்டுமானால் மாநில சுயாட்சியை நினைவு கூர்வதும், ஈழத் தமிழர் பாசம் பொங்கி வழிவதும் இதன் இயல்பு. ஈழத் தமிழர் பிரச்சினைக்காகவோ, காவிரி நதிநீர் பிரச்சினைக்காகவோ, இவை போன்ற இதர

முக்கியப் பிரச்சினைகளுக்காகவோ தில்லிக்கு நேரில் போய் வாதாட, போராட விரும்பாத, முடியாத தலைவர், தனது குழந்தைகளுக்கு, பேரனுக்கு, தோழர்களுக்குப் பதவிகள் பெறுவதற்காகப் போய் மன்றாடுவது பிழைப்புவாதத்தின் உச்சகட்டம். காரியசித்திக்காக கழுதையின் காலையும் பிடிப்பதுதான் பிழைப்புவாதம்.

கொள்கைகள் இருப்பதாகச் சொல்லிக்கொள்வதும், அந்தக் கொள்கைகளுக்காக உறுதியாக நிற்காமலிருப்பதும், ஆனால் அப்படி இயங்குவதாக ஒரு போலித் தோற்றத்தை உருவாக்குவதும் உருட்டுவதும் புரட்டுவதும் கருணாயிசத்தின் முக்கியமான அம்சங்கள். நேரத்துக்கும் சந்தர்ப்பத்துக்கும் ஏற்றவாறு கொள்கைகளை மாற்றிக்கொள்வதுதான் சந்தர்ப்பவாதம். இந்துத்துவக் கட்சியோடு கூட்டணி வைத்துக்கொள்வது, அவர்கள் அமைச்சரவையில் பங்கேற்று ஆட்சி அதிகாரத்தை அனுபவிப்பது, அடுத்த தேர்தலில் மதவாதம் பற்றி வகுப்பு எடுப்பது, மதச்சார்பின்மை கொள்கைக்காகவே உயிர் வாழ்வதாகப் பொய் சொல்வது எல்லாம் சந்தர்ப்பவாதத்தின் உச்சகட்டம். ஈழம் அடைவதே எங்கள் தாகம் என்று இறுமாப்பு பேசுவதும், தில்லிக்குப் பயந்து சென்னை 'டெசோ' மாநாட்டில் ஈழம் என்ற வார்த்தையையே பயன்படுத்தாமல் "இலங்கைத் தமிழர் உரிமைப் பாதுகாப்பு" என்று மாற்றிக்கொள்வதும் கடைந்தெடுத்த சந்தர்ப்பவாதம். சில்லறை வணிகத்தில் அந்நிய முதலீடு கூடவே கூடாது என்று வெளியே முழங்குவது, ஆனால் நாடாளுமன்றத்தில் அதற்கு ஆதரவாக வாக்களிப்பது இன்னொரு சிறந்த உதாரணம்.

சுயநலவாதம், பிழைப்புவாதம், சந்தர்ப்பவாதம் தவிர இன்னும் பல முக்கியமான குணாதிசயங்கள் கொண்டது கருணாயிசம்:

- தொலைநோக்குச் சிந்தனையோ, செயல்பாடோ இன்றி அண்மைக்கால வெற்றிகளை, பலன்களை மட்டுமே கருத்திற்கொண்டு அரசியல் நடத்துவது

- தீங்கற்ற தமிழ்ச் சமுதாயம் அமைப்பதற்காய் முயல்வதை விட, வெறும் தீயணைப்பு நடவடிக்கைகளில் மட்டுமே ஈடுபடுவது

- மக்கள் பிரச்சினைகளில் தீர்க்கமான நிலைப்பாடு எடுக்காமல், நிரந்தரத் தீர்வுக்கு முயலாமல், கடிதம் எழுதுவது, அறிக்கை விடுவது, நீட்டி முழக்குவது என வறட்டு அரசியல் மட்டுமே செய்வது

• முக்கியமான பிரச்சினைகளிலிருந்து மக்கள் கவனத்தை முக்கியமற்ற விடயங்களுக்குத் திசை திருப்புவது

• தனது திறமைகளை, சாதனைகளை "பனைத் துணையாய்" கொண்டாடுவது, எதிர்கட்சித் தலைவர்களின் திறமைகளை, சாதனைகளை "தினைத் துணையாய்க்" கொள்வது

• மானம், ரோசம், வெட்கம் என எதுவுமே இல்லாமல் வெறும் வார்த்தைகளாலேயே உருட்டுவது; இதுதான் அரசியல் சாணக்கியத்தனம் என்று நியாயப்படுத்துவது

• மக்கள் மீதும் மற்ற கட்சிகள் மீதும் திடீர் பாசம், திடீர் மறதி எழுந்து மறைவது

• மலர்க்கிரீடம், வீரவாள், தேர்ப்பவனி, பாராட்டு விழா, சினிமாக்காரர் நிகழ்வுகள் எனப் புகழ் போதையில் திளைப்பது

• கட்டிடங்கள் கட்டுவது, நினைவுச் சின்னங்கள் எழுப்புவது, தன் பெயரைப் பொறிப்பது என ஒரு வரலாற்றுச் சிந்தையோடும், காலாதீத உணர்வோடும் மட்டுமே இயங்குவது.

கருணாயிசத்தின் அம்சங்களைப் பற்றி எழுதினால் இப்படி அடுக்கிக்கொண்டே போகலாம்.

இங்கே ஒரு குறிப்பிட்ட தலைவரை மட்டுமோ, அல்லது அவரது கட்சியை மட்டுமோ பழிக்கவில்லை. முன்னரே குறிப்பிட்டது போல் பெரும்பாலான தலைவர்கள், கட்சிகள் கருணாயிசத்தைத்தான் கொள்கையாகக் கொண்டிருக்கின்றனர். கருணாயிசம்தான் இன்றையத் தமிழகத்தின் முக்கியமான அரசியல் கொள்கையாக இருக்கிறது. ஒவ்வொருவரும் தமது தேவைக்கேற்றபடி, திறமைக்கேற்றபடி அதை மாற்றியமைத்து பயன்படுத்திக்கொண்டிருக்கிறார்கள் என்பதுதான் உண்மை. "காமராஜர் ஆட்சியை அமைப்போம்" என்கிற காங்கிரசுக் காரர்களும், அ.தி.மு.க. உள்ளிட்ட அனைத்து முக்கியக் கட்சி களும், அரசியலில் புதிதாக அடியெடுத்துவைக்கும் பல புதுமுகங்களும் கருணாயிசத்தைத்தான் கடைபிடிக்கிறார்கள். இந்தக் கொள்கை அத்திவாரத்தை அமைத்துக் கொடுத்தவர் தமிழக அரசியலில் கடந்த அரை நூற்றாண்டு காலம் தனிப் பெரும் சக்தியாக வலம் வரும் கருணாநிதிதான்.

தமிழீழக் கருணாயிசம்

தமிழகத்துக் கருணாயிசம் இப்படி வேலை செய்தால், தமிழீழக் கருணாயிசம் துரோகத்தின் உச்சத்துக்கே செல்கிறது.

இந்தத் துரோகக் கருணாயிசம் மனித வரலாற்றில் பல்வேறு இடங்களில் பல்வேறு பெயர்களில் அழைக்கப்பட்டிருக்கிறது. இயேசுநாதரைக் கைது செய்யத் திட்டமிட்ட ரோமாபுரியின் உயர்பூசாரிகள் அவர் யாரென்று தெரியாமால் திணறிய நிலையில் 30 வெள்ளிக் காசுகளைக் கூலியாகப் பெற்றுக்கொண்டு இயேசுவை முத்தமிட்டுக் காட்டிக்கொடுத்தார் யூதாஸ். பண ஆசையினால்தான் யூதாஸ் அந்த துரோகத்தைச் செய்ததாகவும், தான் எதிர்பார்த்தபடி ரோமப் பேரரசின் ஆட்சியை இயேசு நாதர் கவிழ்க்காததால் யூதாஸ் கோபம் கொண்டிருந்ததால்தான் காட்டிக்கொடுத்தார் என்றும், கடவுளின் திட்டத்தை நிறைவேற்ற இயேசுதான் தன்னைக் கண்டுணர உதவும்படி கேட்டுக்கொண்டார் என்றும் பல புரிதல்கள், விவாதங்கள் நடக்கின்றன. ஆனாலும் யூதாஸ் காட்டிக்கொடுத்தவர் என்பதை ஒட்டுமொத்த உலகமே ஒத்துக்கொள்கிறது.

தமிழ்நாட்டுப் பண்பாட்டில் யூதாஸ் போன்ற பழிச்சொல் பெற்றவர் பிரிட்டிஷ் ஆட்சியாளர்களிடம் வீரபாண்டிய கட்டபொம்மனைக் காட்டிக் கொடுத்த வெங்கடேஸ்வர எட்டப்பன். 1780 முதல் எட்டயபுரம் குடும்பத்தார் பிரிட்டிஷ் ஆட்சியாளர்களுடன் நல்லுறவு பூண்டு, சிறப்பு சலுகைகளைப் பெற்று வந்தனர்; அவ்வப்போது அவர்களுக்கு உளவுத் தகவல்களையும் படையாட்களையும் கொடுத்து வந்தனர். ஆனால் உண்மையில் எட்டப்பன் காட்டிக் கொடுக்கிறவர் அல்ல என்றும், அதிகாரத்தில் இருந்தபோது ஏராளமான மக்கள் நலப் பணிகளைச் செய்தார், குளங்களை வெட்டி தண்ணீர் வசதி செய்தார், பல கவிஞர்களை, புலவர்களை பாதுகாத்தார் என்றும் சிலர் வாதிடுகின்றனர். ம.பொ.சி. எழுதிய புத்தகத்தின் அடிப்படையில் சிவாஜி கணேசன் நடித்து வெளிவந்த வீரபாண்டிய கட்டபொம்மன் திரைப்படம்தான் எட்டப்பனை மோசமானவராக சித்திரித்தது என்று அவர்கள் சுட்டிக்காட்டுகின்றனர். உண்மையில் கட்டபொம்மனைக் காட்டிக் கொடுத்தவர் புதுக்கோட்டை விஜயரகுநாதத் தொண்டைமான்தான் என்கின்றனர் அவர்கள்.

துரோகம் என்பதற்குத் தமிழ் கலாச்சாரத்தில் பல சொல்லாடல்கள் உள்ளன; நம்பிக்கை துரோகம், முதுகில் குத்துவது, (வளர்த்த கடா) மார்பில் பாய்வது, உறவாடிக் கெடுப்பது, காட்டிக் கொடுப்பது என்பன. ஒருவருடன் நெருங்கிப் பழகி, நம்பிக்கையைப் பெற்று, பின்னர் அந்த உறவுக்கு உண்மையாக இல்லாமல், எதிராக நடப்பதுதான் துரோகம். இந்தத் துரோகம் எந்த உறவிலும் நடக்கலாம்.. என்னை/எம்மை இதனால் இவர் காப்பார் என்று கருதிக்

கொண்டிருக்கும்போது, அந்த எதிர்பார்ப்புக்கு நேர் எதிராக நடந்து கேடு விளைவிப்பதுதான் துரோகம். நட்பு, திருமணம், பொதுவாழ்வு போன்ற உறவுகளில் தனிமையை மதிப்பது, “உடுக்கை இழந்தவன் கை” போல உதவுவது, புறம் பேசாமல் இருப்பது, இரகசியம் காப்பது, பிறரிடம் அவற்றைப் பகிர்ந்துகொள்ளாமல் இருப்பது போன்றவை முக்கியமான நம்பிக்கைக் கூறுகள். இவற்றில் ஒன்றையோ அல்லது ஒன்றுக்கு மேற்பட்டவற்றையோ முறிப்பது துரோகமாகக் கொள்ளப்படுகிறது.

யூதாஸ், எட்டப்பன் எனும் அசிங்கமான வரிசையில் இப்போது சேர்ந்திருப்பவர் கருணா என்ற முரளிதரன். கிழக்கு மாகாணம் மட்டக்களப்பு மாவட்டம் கிரண் எனும் கிராமத்தில் பிறந்தவர் இந்தக் கருணா. 1983இல் விடுதலைப் புலிகள் அமைப்பில் சேர்ந்து, பல போர் நடவடிக்கைகளை முன்னெடுத்து, 1990இல் 900 சிங்கள, முஸ்லீம் காவல்துறை அதிகாரிகளைக் கொன்று, கிழக்கு மாகாணத்தின் தலைமைத் தளபதியாக உயர்ந்தார். தலைவர் பிரபாகரனுக்கு மெய்க்காப்பாளராக இருந்து, புலிகளின் இராணுவப் பிரிவில் இரண்டாம் இடத்தைப் பிடித்தவர் கருணா. விடுதலைப் புலிகள் கிழக்கு மாகாண மக்களின் நலனில் அக்கறை கொள்ளவில்லை என்று குற்றஞ்சாட்டி 2004 மார்ச் மாதம் இயக்கத்திலிருந்து வெளியேறினார். தீவிரவாதத்தைக் கைவிடுவதாகவும், சனநாயக மைய நீரோட்டத்தில் கலப்பதாகவும் சொன்னார். ஆனால் அவர் பணம் கையாடல் செய்ததாகவும், ஒழுக்கமின்றி நடந்ததாகவும் விடுதலைப் புலிகளின் உளவுத்துறை கண்டுபிடித்து அவரை நெருங்கிக்கொண்டிருந்ததுதான் காரணம் என்று இயக்கம் தெரிவித்தது. கருணா தரப்புக்கும் புலிகளுக்கும் கடும் சண்டை நடந்து, முன்னவர் பிடித்து வைத்திருந்த இடங்களைத் தாங்கள் கைப்பற்றிவிட்டதாகப் புலிகள் அறிவித்தனர். எனினும் சில நூறுபேர் கொண்ட படையோடு இலங்கையின் தென்கிழக்கு பகுதியில் ஆதிக்கம் செலுத்தினார் கருணா. 2006இல் கருணா படையின் உதவியோடு இலங்கையின் கிழக்கு மாகாணத்திலிருந்து புலிகளை வெளியேற்ற இலங்கை இராணுவம் ஒரு தாக்குதலைத் தொடங்கி, 2007 யூலை மாதம் அதில் வெற்றியும் பெற்றது.

இலங்கை அரசின் உதவியுடன் திருட்டுத்தனமாக வெளிநாட்டு தூதர்களால் பயன்படுத்தப்படும் கடவுச்சீட்டு பெற்று, கருணா லண்டனுக்குச் சென்றபோது 2007 நவம்பர் 2ஆம் நாளன்று பிரிட்டனில் கைது செய்யப்பட்டார். அதிபர்

மகிந்த ராஜபக்சேவின் சகோதரர் கொத்தபய ராஜபக்சே அந்தக் கடவுச்சீட்டைத் தந்ததாகக் கருணா நீதிமன்றத்தில் ஒத்துக்கொண்டார். 2008 சனவரி 25 அன்று ஒன்பது மாதங்கள் சிறைத்தண்டனை விதிக்கப்பட்ட கருணா, யூலை 3 அன்று இலங்கைக்கு நாடு கடத்தப்பட்டார். அவரது போர்க் குற்றங்கள் விசாரிக்கப்பட வேண்டும் என்று பல்வேறு சர்வதேச நிறுவனங்கள் கோரிக்கை வைத்தும், பிரிட்டிஷ் அரசு அதை ஏற்கவில்லை. இலங்கைக்குத் திரும்பியதும் அரசியலில் சேர்ந்து நாடாளுமன்ற உறுப்பினர் ஆன கருணா, ராஜபக்சே அமைச்சரவையில் மீள்குடியேற்றத் துறை துணை அமைச்சராக சேர்த்துக் கொள்ளப்பட்டார். ஈழத் தமிழர் இயக்கங்களின் மனித உரிமை மீறல் பற்றி விசாரணை கோரும் கருணா, அதன் மூலம் தனது தலையைத் தற்காத்துக்கொள்ள முயன்று வருகிறார்.

கருணாயிசத்தை இனம் காண்போம்

நேர்கோடு ஒன்று வரைந்து முக்கியமான தமிழ் அரசியல் கட்சிகளை அவற்றின் கொள்கைகள் அடிப்படையில் அந்த நேர்கோட்டில் அடையாளப்படுத்துங்கள். முற்போக்குச் சிந்தனை, சமத்துவம், சனநாயகம், சமூக நீதி, பெண் விடுதலை, சாதி மத மறுப்பு, கருத்துச் சுதந்திரம், மனித உரிமை போன்ற கொள்கைகள் கொண்ட இயக்கங்களை இடது கோடியில் நிறுவலாம். சோசலிசம், கம்யூனிசம் பேசும், உண்மையாகவே பேணும் இந்தக் கட்சிகளை இடது சாரிகள் எனக் குறிப்பிடுகிறோம்.

“சமூகம் நன்றாகத்தானே போய்க்கொண்டிருக்கிறது; எந்த மாற்றத்துக்கும் இங்கே இப்போது தேவையே இல்லையே” என்று வாதிட்டுத் தற்போதைய சமூக நிலையை, அவலங்களை அப்படியே தக்கவைத்துக் கொள்ள நினைக்கும், பாடுபடும் இயக்கங்களை வலது கோடியில் குறிக்கலாம். பழமைவாதிகள், மதவாதிகள், சாதி வெறியர்கள், வெறுப்பு – கோபம் போன்ற கொடும் உணர்வுகளின் அடிப்படையில் வன்முறை அரசியல் நடத்துபவர்கள், பாசிஸ்டுகள் போன்றவர்களை வலது சாரிகள் என்றழைக்கிறோம்.

அங்கேயும் இல்லாமல், இங்கேயும் இல்லாமல் மதில்மேல் பூனையாக இயங்கும் இயக்கங்களை நேர்கோட்டின் மத்தியில் அடையாளப்படுத்தலாம். அவர்களை மையவாதிகள் என்கிறோம். இவர்களில் பெரும்பாலோர் முற்போக்கு கொள்கைகளைப் பேசிக்கொண்டு, பிற்போக்கு செயல்களில்

ஈடுபடும் குழப்பவாதிகள், சுயநலவாதிகள், பிழைப்புவாதிகள், சந்தர்ப்பவாதிகள்.

இந்த அரசியல் நேர்கோட்டை உற்றுநோக்கினால் இடது பாதியில் வெகு குறைவான சக்திகள், தலைவர்கள் இடம்பெறுவதையும், வலது பாதியில் (அதாவது மையப் புள்ளியிலிருந்து வலதுகோடி வரை) பெருங்கூட்டமே குழுமிக்கிடப்பதையும் காணலாம். இந்தக் கூட்டத்தில் பெரும்பாலானோர் கருணாயிசத்தைத்தான் கொள்கையாகக் கொள்கின்றனர். ஆகஸ்ட் 17, 2013 அன்று சென்னை பல்கலைக்கழகத்தின் 155ஆவது பட்டமளிப்பு விழாவில் பேசிய முதல்வர் ஜெயலலிதா சொன்னார்: "ஒரு வருடத்துக்கு முன்கூட்டி நீங்கள் சிந்தித்தால் நெல் பயிரிடுங்கள்; பத்து வருடங்களுக்கு முன்கூட்டி நீங்கள் சிந்தித்தால் மரங்களை நடுங்கள்; நூறு வருடங்களுக்கு முன்கூட்டி நீங்கள் சிந்தித்தால் மக்களுக்குக் கற்பியுங்கள் என்பது ஒரு சீனப் பழமொழி. எனது அரசு இவை மூன்றையுமே செய்திருக்கிறது. இப்போதும், இனிவரும் ஆண்டுகளிலும், எதிர்காலத்திலும் நல்லதோர் அரசை தருவதற்கும், தலைமுறைகள் பேசும் சீர்திருத்தங்களைக் கொண்டுவருவதற்கும் நான் உறுதி பூண்டிருக்கிறேன்." சொத்துக் குவிப்பு வழக்கில் தண்டிக்கப்பட்டு ஜெயலலிதா ஆட்சி அதிகாரத்தை இழந்திருந்தாலும், அவரது கட்சி அப்படியே நடந்துகொண்டு உண்மையிலேயே ஒரு சமூகப் பொருளாதார அரசியல் பண்பாட்டு மாற்றத்தை சாதித்துக் காட்டினால், அவர் கட்சிக்காரர்கள் அதனை "அம்மாயிசம்" என்ற கொள்கையாகவே எதிர்காலத்தில் முன்வைக்கலாம். நேர் எதிராக அடக்குமுறைகள், அவதூறு வழக்குகள், என்கவுண்டர்கள், 'தலைவா' வகை விவகாரங்கள் எனத் தொடர்ந்தால் இது அம்மா வகை பாசிசம் எனக்கொண்டு அவரது எதிரிகள் "அம்மாசிசம்" என்றும் அழைக்க நேரலாம்.

ஆனால் இப்போதைக்குத் தமிழினத்தின் மீது கருணாயிசம் தான் கோலோச்சுகிறது. இவர்களின் கருணாயிசம் நம்மைக் கரைசேர்க்கும் என்று நம்புவது மணல் குதிரையை நம்பி ஆற்றில் இறங்குவது போலத்தான். தமிழினம் மிக மோசமான நிலையில் இருப்பதால், புது அரசியல் இரத்தம் பாய்ச்சப்பட வேண்டும்; புதுவகை அரசியல் ஊட்டச்சத்து புகட்டப்பட வேண்டும்; புத்தம்புது அரசியல் பயிற்சிகள் பயிற்றுவிக்கப்பட வேண்டும்; புதியதோர் அரசியல் பண்பாடு உருவாக்கப்பட வேண்டும். பொருளாதாரப் புரிதல், அரசியல் தத்துவங்களை – விழுமியங்களை அறிதல், அரசுக் கொள்கைகளை

விவாதித்தல் என ஓர் உயர்நிலை அரசியல் நடத்தப்பட வேண்டும். சினிமா திரையில் தலைவனைத் தேடி, அரசியலில் ஹீரோவைத் தேடி சீரழியாது, நடிகர் – தலைவர்களையும், தலைவர் – நடிகர்களையும் வீட்டுக்கு அனுப்பி ஒரு புதிய பண்பாட்டு மாற்றம் கொண்டுவரப்பட வேண்டும்.

காமராசரைப் பற்றி புகழ்ந்த கவிஞர் கண்ணதாசன் இப்படிப் பாடினார்:

அந்த மனிதனை அழையுங்கள் உங்கள்
அன்னைக் கோவிலுக் கவனோர் கோபுரம்
அந்த மனிதனை அழையுங்கள் உங்கள்
அடுத்த கட்டத்தை அழகுற நடத்த.

ஆனால் இன்றைய நிலையில் தமிழகமானாலும் சரி, தமிழீழமானாலும் சரி, ஒரே ஒரு தலைவன் வருவான், ஒரே ஒரு கொள்கை தருவான், நம்மையெல்லாம் சுபிட்சத்துக்கு அழைத்துச் செல்வான் என்று எதிர்பார்ப்பது பெரும் மடமை. தமிழினத்தின் இன்றைய அரசியல் இயலாமைக்குத் தீர்வு "அந்த மனிதனைப்" போன்ற ஆயிரமாயிரம் மனிதரை அடையாளம் காண்பதும், ஆங்காங்கேகூடி அளவளாவி ஓர் ஆன்ம சுயபரிசோதனையில் ஈடுபடுவதும், அனைவருமாக சாதி – மதம் கடந்து ஒருவரையொருவர் அரவணைத்துக் கொண்டு நம் இலக்கு நோக்கி நடப்பதும்தான்.

உதவிய நூல்கள், கட்டுரைகள்

1. டி.எம்.பார்த்தசாரதி, *தி. மு. க. வரலாறு*. சென்னை: பாரதி பதிப்பகம், 1986. பக்கங்கள்: 85 – 86, 88 – 89, 92, 109 – 110, 112, 115.

2. ப. திருமாவேலன், "கருணாநிதி 90: வரலாறும், தகராறும்!" *ஆனந்த விகடன்*, 5.6.2013.

3. பல இணைய தளங்கள்.

தேசம், தேசியம்: ஓர் அலசல்

அரியணையில் அமர்ந்திருந்த அதிபர் நெளிந்தவாறே தான் மலங்கழிக்கவிருப்பதை குறிப்பால் தெரிவித்தார். புனித மலங்கழிக்கும் வேளையான சூரியன் மறையும் நேரம் இன்னும் வரவில்லையே என்று பார்வையாளர் அரங்கிலிருந்த மக்கள் மத்தியில் ஒருவிதக் கவலை படர்ந்தது. தருமபுரி நாடு விடுதலை அடைந்ததிலிருந்து அதன் அதிபர் சூரியன் உதிக்கும் நேரத்திலும் மறையும் நேரத்திலும் தேசிய இறையாண்மை கலந்து சரியாக மலங்கழித்து வந்திருக்கிறார். அந்த நேரங்களில் அந்நாட்டு ஒலிபரப்புத் துறை வானொலியில் தேசிய கீதம் இசைத்து அனைத்தும் நலமாக இருப்பதாக மக்களிடம் குறிப்பறிவிப்பது வழக்கம். குழந்தைகள் நா தழுதழுக்க "ஆ! மாமனிதர் ஐயா மலங்கழிக்கிறார்" என்று புகழ்வார்கள். கண்கள் பனித்த தாய்மார்கள் அந்த அரச மலத்தின் அருள் தங்கள் குழந்தைகளுக்குக் கிடைக்கட்டும் என வேண்டி நிற்பர்.

அது இரண்டாம் மலங்கழிக்கும் வேளையான சூரிய மறைவு முடிந்திருந்த நேரம். வானொலியில் தேசிய கீதம் ஒலித்தது. உடனடியாக மக்கள் அனைவரும் அந்த இசை நோக்கித் திரும்பினர். அவர்கள் ஒருமித்து தேசிய கீதத்தைப் பாடினார்கள். கண்களில் பெருக்கெடுக்கும் கண்ணீரோடு, ஒரே கூட்டத்தவராய் மெய்ம்மறந்து இடப்பக்கமும் வலப்பக்கமுமாக அசைந்தாடினர்.

– ஓ.வி. விஜயன்

தேசம், தேசியம் போன்றவை பல்வேறு விதங்களில் விவரிக்கப்படுகின்றன. தேசம் என்பது ஒரு குறிப்பிட்ட வரலாற்றுச் சூழலில் மனித முகவாண்மையும் கற்பனைத் திறனும் சேர்ந்து வடிவமைக்கும் ஒரு நுண்மமான கருத்தாக்கம், கற்பனை என்று சிலர் வாதிடுகின்றனர். இதனை “கற்பனை விளக்கம்” என்று அழைக்கலாம். “பரிணாம விளக்கம்” சொல்கிறவர்கள் தேசம் என்பது வரலாற்றின் போக்கில் எழும் தவிர்க்க முடியாத நடைமுறை என்றும் மனித சமுதாயத்தின் வளர்ச்சியில் தேவையான நன்மை பயக்கக்கூடிய நிலை இது என்றும் விளக்கமளிக்கின்றனர். சமூக – மனிதத்தரவுகளின் நெறிமுறைகள் தேசங்களை, தேசியவாதிகளின் நடவடிக்கைகளை உருவாக்கி வளர்த்தெடுப்பதை “தேசம் – கட்டியெழுப்பல் விளக்கம்” விவரிக்கிறது. போர்கள், தேசியத் திட்டங்கள், அரசியல் சாசனங்கள் உள்ளிட்ட உபகரணங்களின் நம்பிக்கைகள், நடவடிக்கைகள் போன்றவற்றை வரலாற்று ஆசிரியர்கள் வலியுறுத்தி “கட்டுமான விளக்கம்” தருகின்றனர்.

மார்க்சீய சித்தாந்தம் தேசத்தை அரசியல், தொழில்நுட்பம், சமூக மாற்றம் போன்றவை சந்திக்கும் புள்ளியில் நிறுவுகிறது. தேசியவாதம் என்பது விடுதலையும் வளர்ச்சியும் பெற உதவும் ஓர் உபகரணம் என்று தாராளவாதிகள் வாதிடுகின்றனர். மொத்தத்தில் தேசம், தேசியம் என்பவை நாம் அறிவுலகில் குறியீடுகள் செய்துவைக்கும் பொருள்புனைந்த புதினங்கள் என்று கொள்ளப்படுகின்றன. தேசப்பற்று, தேசிய அடையாளம், தேசியம் போன்றவை பதினெட்டாம் நூற்றாண்டின் இறுதியில் வார்த்தெடுக்கப்பட்ட கலாச்சார வார்ப்புக்கள். இன்று தேசியம் என்பது பல்வேறு அரசியல் காரணங்களுக்காகப் பயன்படுத்தப்படும் அரசியல் விழுமியமாக விளங்குகிறது.

தேசியத்தை வெறுமனே ‘கற்பனை’ என்றோ அல்லது ‘கண்டுபிடிப்பு’ என்றோ ஒதுக்கித் தள்ளிவிட முடியாது; தேசிய இனம் ஒன்றின் நவீனத்துக்கு முந்தைய நினைவுகள், புனைவுகள், சடங்குகள், சம்பிரதாயங்கள், குறியீடுகள் போன்ற தொடர்புகள் ஏதுமின்றி நவீனப் புத்தாக்கம் நடக்க சாத்தியமேயில்லை என்கிறார் அன்றனி ஸ்மித் என்கிற அறிஞர். எரிக் ஹாப்ஸ்பாம் என்பார் சொல்கிறார்: தேசம் என்பதை அரசு மேலிருந்து கீழாகக் கட்டுகிறது; மக்கள் கருதுகோள்களுடன், நம்பிக்கைகளுடன், தேவைகளுடன், ஏக்கங்களுடன், எளிய மக்களின் ஈடுபாடுகளுடன் கீழிருந்து மேலாகக் கட்டுகின்றனர். மொழி, இனம், மதம், ‘வரலாற்று

தேசம்' போன்றவை மூலம்தான் மக்கள் மனித குழுமகத்தோடு சேர்ந்திருக்கின்றனர். இப்படி தேசத்தின் மையமாக வரலாறும், வரலாற்றுக் கதைசொல்லலும் அமைகின்றன.

மனித வாழ்வின் பல விடயங்கள் போல், தேசம் எனும் கட்டமைப்பும், தேசியம் எனும் உணர்வும் நல்ல காரணங்களுக்காகவும் தீய நோக்கங்களுக்காகவும் பயன்படுத்தப்படலாம்.

பொறுப்பற்ற நடவடிக்கைகளும், பொல்லாத் தீங்குகளும் தேசிய உணர்வின் அடிப்படையில் நடக்கின்றன. ஹிட்லர், முசோலினி போன்ற தேசிய வெறியர்களால் பயம், கோபம், வெறுப்பின் அடிப்படையில் மக்களை மூளைச்சலவை செய்ய தேசியம் பயன்படுத்தப்பட்டது, இன்றும் பலரால் பயன்படுத்தப்படுகிறது. இந்த எதிர்மறை தேசியம் 'நாம் – அவர்கள்' எனச் சிந்திக்கிறது, பார்க்கிறது, செயல்படுகிறது. 'நாம்' யாராக இல்லை என்ற அடிப்படையிலேயே நமது தேசிய அடையாளம் வரையறுக்கப்படுகிறது. நம்மவரல்லாத, மோசமான, மூர்க்கமான 'பிறர்' எனும் அடுத்தவரைப் பார்த்தே 'நாம்' யார் என்று தெரிந்துகொள்கிறோம். 'நாம்' நூறு விழுக்காடு தூயவர்கள் என்றும், 'பிறர்' நூறு விழுக்காடு தீயவர்கள் என்றும் கொள்கிறோம். அந்தக் கொடிய, கொடூரமான கொலைபாதகப் 'பிறரை'க் கையாள்வதற்குத் தேசிய உணர்வைப் பயன்படுத்துகிறோம். இம்மாதிரியான கடும் தேசிய உணர்வுகளைச் சாடும் நோக்கோடுதான் ஓ.வி.விஜயன் எனும் மலையாள எழுத்தாளர் தனது நாவலில் அதிகார பீடம் மலங்கழிப்பதைத் தேசிய நிகழ்வாக சித்தரித்துக் கேலி செய்கிறார்.

எதிர்மறை உணர்வுகளை, கொள்கைகளை, செயல்பாடுகளைக் கைவிட்டுவிட்டு, தேசிய உணர்வு மிதமான அளவில், ஆரோக்கியமான முறையில், நேர்மறையாகப் பயன்படுத்தப்படும்போது மக்களை ஒருங்கிணைக்கவும், செயலில் இறங்குவதற்கு ஆயத்தப்படுத்தவும் உதவுகிறது. எடுத்துக்காட்டாக, தேச விடுதலைக்காகப் போராடுவதற்கு, தேசத்தைக் கட்டியெழுப்புவதற்கு, அரசியல் ஒருமையை ஒற்றுமையை உருவாக்குவதற்கு, உலகமயமாகும் உலகில் தேச நலன்களைத் தக்கவைத்துக் கொள்வதற்கு, வடக்கு – தெற்கு தேசங்களின் கடும் போட்டியில் தமது ஈடுபாடுகளைக் காத்துக்கொள்வதற்கு, ஒரு தேசியப் பேரிடரை எதிர்கொள்வதற்கு, பன்னாட்டு விளையாட்டுப் போட்டிகளில் வெற்றி பெறுவதற்கு என நேர்மறை தேசிய உணர்வு பல வழிகளில் உதவ முடியும்.

இந்திய தேசியம்

பத்தொன்பதாம் நூற்றாண்டுக்கு முன்னால் தெற்காசிய துணைக்கண்டத்து மக்கள் அனைவரும் சமூக, பண்பாட்டு பரிவர்த்தனைகளில் மட்டுமே ஈடுபட்டிருந்தனர். காலனி ஆதிக்க சக்திகளின் கையில் சிக்கித் தவித்ததாலும், அவர்களின் இனவெறிக் கொள்கையால் சிறுமைப்படுத்தப்பட்டதாலும், பொருளாதார ரீதியில் உறிஞ்சப்பட்டதாலும் தேச விடுதலைப் போராட்டம் மக்களை ஒன்றிணைத்தது. ஆனாலும் இந்திய தேசியங்களை ஐரோப்பியமயமாக்கலுக்கான எதிர்வினையாக மட்டுமே பார்ப்பதும் தவறான அணுகுமுறையாகும். காரணம் குறிப்பிட்ட சமூக – பொருளாதார – அரசியல், வரலாற்றுப் பின்னணிகளோடு பற்பல இடங்களில், பல்வேறு நிலைகளில் பல போராட்டங்கள் கனன்றுகொண்டும், நடந்துகொண்டும்தான் இருந்தன.

உள்நாட்டுக் கனவுகள், வெளிநாடுகளிடமிருந்து பெறப்பட்ட மாதிரிகள், இவற்றை உள்ளடக்கிய ஆபத்தான திட்டங்கள் என இந்திய தேசியம் முகிழ்த்தது. வங்கத்தின் பிரம்ம சமாஜம் (1830), மராட்டியத்தின் பிரார்த்தனா சமாஜம் (1867), பஞ்சாபின் ஆர்ய சமாஜம் (1875), தியசாபிகல் சொசைட்டி (1875) போன்ற இயக்கங்களும், ராம் மோகன் ராய் (1772–1833), சுவாமி தயானந்தா (1824–1883), மகாதேவ கோவிந்த ரானடே (1842–1901), சுவாமி விவேகானந்தா (1863–1902), அன்னி பெசன்ட் (1847–1933) போன்ற தலைவர்களும் தோன்றிப் புதிய கருத்துக்களை விதைத்தனர். நாளடைவில் இந்திய தேசியம் இரண்டு குறிப்பிட்ட முகங்களோடு பரிண மித்தது. சமூக மாற்றத்தை விரும்பும், அரசியல் சாசனத்தைப் போற்றும், சனநாயக சீர்திருத்தவாதிகள் ஒரு புறமும், இந்தியாவின் ஆன்மீகக் கலாச்சாரத்தை முன்னிறுத்தும் பழமை வாத தேசியவாதிகள் மற்றொரு புறமும் நின்றனர். இந்தச் சீர்திருத்த, பழமைவாத இயல்புகள் பெரும்பாலான இந்திய தேசியத் தலைவர்கள் மத்தியிலும், இயக்கங்களிலும் விரவிக் கிடந்தன.

1885ஆம் ஆண்டு இந்திய தேசிய காங்கிரசு தோற்று விக்கப்பட்டு, பல்வேறு மாறுதல்களுக்கு உள்ளாகி, இந்தியத் தேசியத்தின் அடித்தளமாக உருவெடுத்தது. கட்சிக்குள் மிதவாதிகள், தீவிரவாதிகள் என இரு குழுக்களும் உருவாயின. தேசக் கட்டமைப்புப் பணியில் காங்கிரசு கவனம் செலுத்திய நிலையில், பால கங்காதர திலகர் (1856–1920) போன்றோர் ‘உள்ளார்ந்த தேசியம்’ எனும் பெயரில் இந்தியர்கள்

மதம் – கலாச்சார அடிப்படையில் ஒருவரே என்பதால் இந்தியப் பாரம்பரியத்தின் அடிப்படையில் இந்திய தேசியம் கட்டமைக்கப்பட வேண்டும் என விரும்பினர். லாலா லஜபதி ராய் (1865–1928), பிபின் சந்திரா பால் (1858–1932), அரவிந்த கோஷ் (1872–1950) போன்றோர் இம்மாதிரியான சிந்தனையோட்டம் கொண்டிருந்தனர்.

1907ஆம் ஆண்டு தீவிரவாதிகளின் பிடியிலிருந்து காங்கிரசு கட்சியை மீட்க மிதவாதிகள் முனைந்தபோது கட்சி உடைந்தது. தேசியம் உள்ளிட்ட மேலைநாட்டு சிந்தனைகளுக்கு வெளியே தன்னை நிறுவிக்கொண்ட மகாத்மா காந்தி (1869–1948) மேற்கத்திய பகுத்தறிவு, அறிவியல், வரலாறு போன்ற கோட்பாடுகளை முற்றிலுமாக நிராகரித்தார். அவரைப் பொறுத்தவரை 'உண்மை' வரலாற்றில் புதைந்து கிடைக்கவில்லை; அதைக் கண்டறியும் தன்மை அறிவியலுக்கும் இல்லை. அன்றாட வாழ்க்கையில் ஒழுக்கமான வாழ்வின் மூலம் உண்மையைக் கண்டறிய முடியும் என்று அவர் வாதிட்டார். தனது மாபெரும் மக்கள் போராட்டங்களின் மூலம் எளிய மக்களை இணைத்துக் கொண்டு மேட்டுக்குடியினரைப் புறந்தள்ளினார். இந்திய தேசிய பாரம்பரியம் பழம்பெருமைகளைக் கொண்டாடுவதாக மட்டும் இருக்கக்கூடாது; அண்மை வரலாறும் முக்கியமானது என்று அவர் உணர்ந்தார். இந்துக்கள் இந்தியாவின் மத்தியகால, நவீன வரலாறுகளை ஏற்றுக்கொள்ள வேண்டும்; அதே போல் பிறமதத்தவர் இந்தியாவின் புராதன வரலாற்றை ஏற்றுக்கொள்ள வேண்டும் என்று அவர் நினைத்தார். இவை அனைத்தையும் உள்ளடக்கிய இந்திய தேசம், இந்து தேசத்தினின்றும் முற்றிலும் மாறுபட்டதாக இருக்கும் என்று காந்தி கருதினார்.

இந்துக்களும் முசுலீம்களும் "இரண்டு தேசங்கள்" என்பதால் அவர்கள் சேர்ந்து வாழ முடியாது என்று வாதிட்ட முசுலீம் லீக் தேசியம்; இந்திய பொதுவுடைமைக் கட்சி முன்மொழிந்த வர்க்கப் பார்வை கொண்ட தேசியம்; தாழ்த்தப்பட்ட மக்களின் விடுதலைக்காக, கண்ணியத்துக்காகப் போராடிய அண்ணல் அம்பேத்கர் (1891–1956) அவர்களின் தலித் – பகுஜன் தேசியம்; வங்காளம், பஞ்சாப் போன்ற பிராந்திய தேசியங்கள்; ஜோதிராவ் பூலே (1827–1890), தந்தை ஈ.வெ.ரா. பெரியார் (1879–1973) போன்ற சமூக சீர்திருத்தவாதிகள் நடத்திய இயக்கங்கள், போராட்டங்கள் எனப் பல்வேறு தேசிய உணர்வுகள் இந்தியாவெங்கும் இழையோடிக்கொண்டிருந்தன.

ஆனால் ஜவகர்லால் நேரு *(1889 – 1964)* பொருளாதார, சமூக உள்ளடக்கத்துடன் நவீன அரசு எனும் கொள்கைக் கட்டமைப்புக்குள் இந்திய தேசியத்தை நிறுவினார். பிற்படுத்தப்பட்ட, பிளவுபட்ட, பாரம்பரிய இந்திய சமூகத்தைத் தொழில்மயமான, மதசார்பற்ற, சுதந்திரமான சனநாயகமாக மாற்றுவதற்குக் கடிதில் முனைந்தார். இவற்றினால் எழுந்த தகராறுகளைக் கையாளும் நிலைக்குத் தள்ளப்பட்ட இந்திரா காந்தி *(1917–1984)* ஏற்கெனவே மையப்படுத்தப்பட்டிருந்த பொருளாதார அமைப்போடு, அரசியலையும் மையப்படுத்தினார். அதிகாரம் அனைத்தும் அவர் கைகளில் குவிக்கப்பட்டது.

அந்தக் காலகட்டத்தில் தவழ்ந்துகொண்டிருந்த இந்துத்துவா தேசியம் இப்போது தலைதூக்கி நிற்கிறது. இந்து மதமும் இந்திய கலாச்சாரமும் ஒன்றுதான்; 'வெளி' மதங்களைச் சார்ந்தவர்கள் இந்த நீரோட்டத்துடன் இணைந்து இந்து கலாச்சாரத்துடன் தங்களை அடையாளப்படுத்திக் கொள்ள வேண்டும் என வாதிடுகிறது இந்துத்துவா. சுவாமி ஷ்ரதானந்தா *(1856 – 1926)*, மதன் மோகன் மாளவியா *(1861–1946)*, விநாயக் தாமோதர் சவர்க்கர் *(1883–1966)*, ஹர் தயாள் *(1884–1933)*, கேசவ் பாலிராம் ஹெட்கேவார் *(1890–1940)*, ஷ்யாம பிரசாத் முகர்ஜி *(1901–1953)*, மாதவ் சதாசிவ் கோல்வால்கர் *(1906–1973)* போன்றோர் இந்துத்துவ சிந்தனைகளுக்கு வழிவகுத்தனர். இந்து மதத்துக்குக் கலாச்சார முக்கியத்துவம் அளிப்பதும், இந்து தத்துவங்களைச் சார்ந்த அரசியல் பொருளாதாரக் கொள்கைகளை உருவாக்குவதும்தான் இந்துத்துவா தேசியத்தின் அடிப்படை. இந்துக்களல்லாதோருக்கு எந்தவிதமான சலுகைகளும் கொடுக்கக் கூடாது, கொடுமையான சாதீயக் கட்டமைப்பை ஒழிக்கவோ, மாற்றியமைக்கவோ கூடாது என்று அவர்கள் வாதிடுகின்றனர். பொருளாதார பலமிக்க அரசை நிறுவுதல், சொத்து மற்றும் நில உரிமைகளில் மாற்றம் கொண்டுவராதிருத்தல் இந்துத்துவாவின் முக்கிய அம்சங்களாக இருக்கின்றன. பழைய புராணங்களுக்குப் புதிய அறிவியல் விளக்கம் சொல்லும் இவர்கள், நவீன அறிவியலை மறுக்க வில்லை; மாறாக அதன் மூலாதாரம் தங்கள் புராணங்களில் புதைந்து கிடக்கிறது என்கிறார்கள். வளர்ச்சி வேண்டும், ஆனால் அது இந்து மதத்தின் சாராம்சங்களை ஒத்திருக்க வேண்டும் என விரும்பும் இந்துத்துவவாதிகள், வரலாற்றின், பழம் பெருமைகளின் சிறப்புக்கள் மீண்டும் புதுப்பிக்கப்பட வேண்டும் என்று கனவு காண்கின்றனர்.

இந்திய தேசியத்தின் மைய நீரோட்டங்கள் வரைமுறையற்ற அதிகாரம், வல்லாண்மை, வன்முறை என்றே சிந்திக்கின்றன,

செயல்படுகின்றன. ஏறத்தாழ அறுபது தேர்ந்த தேசிய இனங்களை உள்ளடக்கிய நெல்லிக்காய் மூட்டையான இந்தியாவை ஒரே தேசம் என்று கொள்வதும் கூறுவதும் சரியானதல்ல. இந்த தேசிய இனங்களுக்கிடையே ஒரு வரலாற்று, கலாச்சார, பண்பாட்டுத் தொடர்பு இழையோடிக்கொண்டிருந்தாலும், அனைவரது தனிப்பட்ட அடையாளங்களையும் அழித்து ஓர் அவியலாக மாற்றும் வல்லமை கொண்டதல்ல அது. பற்பல தேசிய இனங்களின் உண்மையான கூட்டமைப்பாக உருவாக்கினால் மட்டுமே, இந்தியா தொடர்ந்து வாழும், வளரும் வாய்ப்பு இருக்கிறது.

தமிழ்த் தேசியம்

தேசிய இன அடையாளத்தின் அடிப்படைகளாக மொழியும், இலக்கியமும், இவற்றை போற்றி நிற்கும் மக்களும், அம்மக்கள் வாழும் நிலமும், அந்த நிலத்தில் தவழும் நாகரிகம் – பண்பாடு போன்றவற்றையும் கொள்ளலாம். தமிழ் – தமிழர் – தமிழகம் – தமிழ் பண்பாடு/வாழ்வியல் எனும் நோக்கில் தமிழினம் ஒரு தேர்ந்த தேசிய இனம் என்பதில் மாற்றுக் கருத்தில்லை.

தமிழ்த் தேசிய அரசியலின் துவக்கம், அடிப்படைக் கூறுகள், ஆளுமைகள், வேறுபாடுகள், வெற்றி தோல்விகள் பற்றியெல்லாம் விரிவாக விவாதிப்பது இங்கே நமது நோக்கமல்ல. கடந்த 1930கள் முதல் 1950கள் வரையிலான காலகட்டத்தில் பல்வேறு சிறு இயக்கங்களும் அமைப்புக்களும் தென்னிந்தியர்கள் வடஇந்தியர்களிடமிருந்து மாறுபட்ட ஒரே இன, கலாச்சாரக் குழுமம் என்று வாதிட்டனர். ஆரியர்களான பார்ப்பனர்கள் தங்கள் மொழியான சமஸ்கிருதத்தை, பார்ப்பனீய ஆதிக்கத்தைத் தென்னிந்திய மக்கள் மீது திணிக்கின்றனர் என்று எதிர்த்து நின்றனர். தந்தை பெரியாரின் (1879 – 1973) திராவிடர் கழகம், அறிஞர் அண்ணாவின் (1909 – 1969) திராவிட முன்னேற்றக் கழகம் போன்ற இயக்கங்கள் இந்தப் பணியில் முக்கியப் பங்காற்றின.

இவர்கள் மட்டுமல்லாமல் சி.பா. ஆதித்தனார் (1905–1981) ஈழத்தை உள்ளடக்கிய "தமிழ்ப் பேரரசு" அமைக்கும்பொருட்டு தமிழ்நாடு விடுதலை கோரினார். ம.பொ.சி. (1906–1995) இந்தியக் கூட்டாட்சிக்குள் தன்னுரிமை கொண்ட தமிழ்க் குடியரசு வேண்டுமென்றார். பெருஞ்சித்திரனார் (1933–1995) தனித் தமிழ்நாடு கோரிக்கையில் உறுதி பிறழாது நின்றார். தமிழரசன் (1945–1987) 'தமிழ்நாடு விடுதலைப்படை' அமைத்து தனிநாடு பெறப் போராடினார். பார்ப்பன ஆதிக்கத்தை

ஒழிப்பது, செந்தமிழ் மொழியைப் புத்தாக்கம் செய்வது, சாதி மதங்களை அழிப்பது, பகுத்தறிவு, பெண் விடுதலையோடு கூடிய சமூகச் சீர்திருத்தம் கொணர்வது, தனித்தமிழ்நாடு கோருவது போன்ற கொள்கைகளோடு தமிழ்த் தேசிய உணர்வு பலராலும், பல நிலைகளில் மக்களுக்கு ஊட்டப்பட்டது.

1967இல் தமிழகத்தின் முதல்வர் பொறுப்பேற்ற அண்ணா இப்படிப் பேசினார்: "தென்மாநிலங்களான தமிழகம், ஆந்திரம், கேரளம், கர்நாடகம் ஆகியவை தோழமைத் தொடர்பை வலுவாக்கிக்கொள்வது தேவை. எத்தனையோ துறைகளில் இந்த மாநிலங்கள் தமக்குள்ள இயற்கை வளங்களை இணைப்பதன் மூலம் புதிய பொலிவும் வலிவும் பெற்றிட முடியும். அதற்கான முயற்சிக்கு ஆக்கம் தரவேண்டுமென அந்த அரசத் தலைவர்களைக் கேட்டுக்கொள்கிறேன்." திராவிட தேசியத்தின் "தோழமைத் தொடர்பும்" "இயற்கை வளங்களின் இணைப்பும்" என்னவாயிற்று என்பது நம் எல்லாருக்கும் நன்றாகத் தெரியும். அண்ணாவும் அவர் வழித்தோன்றல்களும் திராவிட தேசியம் பேசினாலும் தமிழகத்தில் மட்டும்தான் முழுமூச்சோடு இயங்கினார்கள். கேரளம், கர்நாடகம், ஆந்திரம் போன்ற மாநிலங்களில் இவர்கள் வேர்விடப் பெரிதாக முயலவுமில்லை, முடியவுமில்லை. அம்மக்களும் இவர்களைக் கண்டுகொள்ளவில்லை.

திராவிட தேசியம் எதிர்த்த சாதி, மதம், மூடநம்பிக்கைகள், பார்ப்பனீயம், பகுத்தறிவின்மை, பெண்ணடிமைத்தனம் என அனைத்தும் இன்று அரியணையில் ஏறி அமர்ந்திருக்கின்றன. திராவிடக் கட்சிகள் தமது அடிப்படைக் கொள்கைகளைக் கைவிட்டு, சிறந்த தலைவர்களை உருவாக்கத் தவறி, ஊதாரித் தனத்துக்கும் ஊழல் குற்றச்சாட்டுகளுக்கும் ஆளாகி, தண்டனைக் குள்ளாகி, திறமையின்மையால் தேக்கநிலைக்குத் தள்ளப்பட்டு நொடிந்து கிடக்கின்றன. திராவிட தேசியம் என்பது ஒரு வெற்று அரசியல் அடையாளமாக மாறிவிட்டிருக்கிறது. இதை ஏற்றுக்கொண்டு தங்கள் அரசியலை மாற்றிக்கொள்ளும் நெஞ்சுரமோ, நேர்மைத்திறமோ இங்குள்ளவர்களில் பலருக்குக் கிடையாது.

திராவிட அரசியல் நலிந்துகொண்டிருக்கும் நிலையில், தமிழ்த் தேச அரசியலோ மலிந்துகொண்டிருக்கிறது. மாவீரன் பிரபாகரனை தேசியத் தலைவர் என்றழைப்பதும், தமிழீழ விடுதலைப் போராட்டத்தை வெறுமனே ஆதரிப்பதும்தான் பலரும் பின்பற்றும் தமிழ்த் தேச அரசியலின் அடிப்படைகளாக அமைகின்றன. மேற்கண்ட வெற்று திராவிட அரசியலும்,

வெறுமையான தமிழ்த் தேச அரசியலும் அண்மைக் காலங்களில் அவ்வப்போது மோதிக் கொள்கின்றன. இந்த மோதல்களில் அதிக சத்தம்தான் எழுகிறதே தவிர, அணுவளவும் வெளிச்சம் கிடைப்பதில்லை. அறிவார்ந்த கருத்துக்கள் அரிதாகவே வெளிவரும் நிலையில், திராவிடச் சிந்தனையாளர் க.திருநாவுக் கரசு அவர்கள் சொல்வது சிந்திக்கத் தகுந்தது: "திராவிடம் என்பது தமிழ்த் தேசியத்தின் இணைக் கருத்தாக்கமே! இதற்காக நாம் பிளவை உண்டாக்கிக்கொள்ளத் தேவையில்லை. அந்தக் கருத்தாக்கம் வரலாற்றின் வளர்ச்சிப் போக்கில் கிளர்ந்து வடிவம் பெற்றது ஆகும்." திராவிடம் பேசுகிறவர்கள் அரசியல் வடிவமாகி அந்தக் கருத்தியலைத் தம் மொழிக்கு, இனத்திற்கு, நாட்டிற்குப் பயன்படுத்திக்கொண்டார்கள். "திராவிட இயக்கம் தமிழ்த் தேசிய வாழ்வுக்கான பணிகளையே செய்து வருகிறது. பல முன்நகர்வுகளை வரலாற்றுப் பூர்வமாக அவ்வியக்கம் செய்துகொண்டு வருகிறது."

திராவிட மற்றும் தமிழ்த் தேசிய அரசியலாளர்கள் முன்வைக்கும் இடதுசாரி, வலதுசாரி, சராசரி தமிழ்த் தேசியங்களை ஒரு நேர்கோட்டில் குறிப்பிட முயல்வோம். தமிழ்த் தேச விடுதலைக்காக ஆயுதமேந்திப் போராடி சுதந்திரமான தமிழ்த் தேசக் குடியரசை நிறுவ விழைகிறவர்கள், மார்க்சிய இயங்கியல் பேசி அறிவியல் அணுகுமுறையோடு தமிழ்த் தேசப் பிரச்சினைகளைத் தீர்க்க முனைகிறவர்கள் போன்றோரை இடது கோடியில் குறிக்கலாம். "வீழ்ந்துவிடாத வீரம், மண்டியிடாத மானம்" என்றெல்லாம் அர்த்தமற்ற வெற்று முழக்கங்களை முன்வைத்து எதிர்மறை உணர்வுகளைத் துணைகொள்வோர், "இருப்பதைக் காப்போம், இழந்ததை மீட்போம்" என்று உயிரற்ற அரசியலையே பேசிக்கொண்டிருப்போர் போன்றோரை வலது கோடியில் நிறுவலாம். பிற திராவிடக் கட்சிகளை, தமிழ்த் தேசிய இயக்கங்களை இந்த கோடிக் முனைகளுக்கு இடையேதான் குறிப்பிட்டாக வேண்டும்.

தமிழை, தமிழரை, தமிழகத்தை, தமிழ்ப் பண்பாட்டை/ வாழ்வியலைக் காப்பதுதான் தமிழ்த் தேசியமென்றால், தமிழ் மொழி பற்றி மட்டும்தானே அதிக சத்தம் கேட்கிறது? தமிழை ஆட்சி மொழியாக்கு, கல்வி மொழியாக்கு, நீதிமன்ற மொழியாக்கு என்பதோடு பலர் அமைதியடைந்து விடுகின்றனர். தமிழர் எனும் நிலைக்குப் போய் சாதி வெறியை, சாதியக் கொடுமைகளை, மதவாதத்தை, பெண்ணடிமைத்தனத்தை, கவுரவக் கொலைகளைப் பற்றியெல்லாம் பலரும் பேசுவதில்லை. தமிழக நிலையில் நின்று கூடங்குளம், கல்பாக்கம், நியூட்ரினோ, மீத்தேன், கெயில், கவுத்திமலை – வேடியப்பன் மலை, காவிரி

டெல்டா போன்ற எண்ணிறந்த பிரச்சினைகளை மாநிலம் தழுவிய தமிழினத்தின் உரிமை பறிப்பாக பார்ப்பாரும் பகர்வாரும் மிகக் குறைவானர்களே. தமிழ்ப் பண்பாடு/ வாழ்வியல் எனும் நிலைக்குப் போய், தமிழரின் இயற்கை வாழ்வாதாரங்களைக் காப்பது, வாழ்வுரிமைகளைத் தக்கவைத்துக் கொள்வது, வருங்காலத்தை, வரவிருக்கும் தலைமுறைகளின் நலன்களைப் பேணுவது பற்றியெல்லாம் பெருமுயற்சிகள் ஏதுமில்லை.

பச்சைத் தமிழ்த் தேசியம்

தமிழ் – தமிழர் – தமிழகம் – தமிழ் பண்பாடு/வாழ்வியல் என்பதை மாற்றியமைத்து, தமிழ் பண்பாடு/வாழ்வியல் – தமிழகம் – தமிழர் – தமிழ் என்று தலைகீழாய்ப் பார்க்கவேண்டிய தேவை எழுந்துள்ளது. தமிழ்த் தேசியப் பேரவை பொதுச் செயலாளர் கி. வெங்கட்ராமன் அவர்களின் விவாதத்தை சற்றே மாற்றி யமைத்து, பசுமை அரசியல் கொள்கைகளைக் கலந்து தயாரித்த கீழ்க்காணும் அம்சங்களைப் பச்சைத் தமிழ்த் தேசியத்தின் முக்கிய விடயங்களாக நான் பார்க்கிறேன்:

- சூழலியல் அறிவு, சுற்றுச்சூழல் பாதுகாப்பு
- அதிகாரப் பரவல், பங்கேற்பு சனநாயகம்
- சமூக நீதி, சம வாய்ப்பு
- அறவழி, மென்முறை
- மையப்படுத்தப்படாமை
- பெண் விடுதலை
- வேற்றுமை போற்றல்
- தனிமனித, ஒட்டுமொத்த பொறுப்புணர்வு
- வருங்காலச் சிந்தனை
- கூட்டுறவு போற்றும் சமூகம் சார்ந்த மாற்றுப் பொருளியல்
- இயற்கையை அழிக்காத வளங்குன்றா வளர்ச்சி முறை
- மாசுபடுத்தாத தொழில் – வேளாண் கொள்கை
- சிறு நடுத்தரத் தொழில்கள்
- இயற்கை வேளாண்மை

- மாற்று எரிசக்திக் கொள்கை
- மாற்று தொழில்நுட்பங்கள்
- நீடித்த நிலைத்த வளர்ச்சி
- தேசிய இனச் சமூக மாற்றுக் கொள்கைகள்
- மரபு சார்ந்த மக்கள் அமைப்புக்கள்
- தன்னாட்சி தமிழகம், இணையாட்சி இந்தியா
- உலகமயப் பொருளியலுக்கு எதிராக தேசியங்களின் பொருளியல்
- உலகமயம் திணிக்கும் ஒற்றைத்தன்மைக்கு எதிராக தேசியங்களின் பன்மை
- தமிழர் அறம் சார்ந்த அரசியல், வாழ்வியல்
- பிறப்பொக்கும் எல்லா உயிர்க்கும்
- யாதும் ஊரே, யாவரும் கேளிர்

மேற்காணும் கொள்கைகளை முன்வைப்பதால் அண்டை தேசிய இனங்களின் தமிழர் எதிர்ப்பு அரசியலை, செயல்பாடுகளைக் கண்டுகொள்ள வேண்டாம் என்பதல்ல எனது நிலைப்பாடு. பாராமுகமாக இருந்தாலே நமது நிலமும் நீரும் உரிமைகளும் சமூக நீதியும் கிடைத்துவிடும் என்பதுமல்ல எனது வாதம். நமது வீட்டைச் சுத்தப்படுத்துவோம், முறைப் படுத்துவோம். சாதி, மத வேறுபாடுகளைக் களைந்து ஒன்றுபட்டு நிற்க நம் மக்களை ஒருங்கிணைக்க முனைவோம். நாம் எதிர்கொள்ளும் பிரச்சினைகளுக்கு மற்றவர்களைக் குற்றம் சுமத்துவதைவிட நாமே பொறுப்பேற்போம். பயம், வெறுப்பு, கோபம், சுய இரக்கம் போன்ற எதிர்மறை உணர்வு களைப் புறந்தள்ளி, நமது சமூகப் பொருளாதார அரசியல் போக்கை மாற்றியமைப்போம்.

இந்தியா போன்ற பரந்த, பெருமளவு மக்கள் வசிக்கும் நாட்டில், பெரும்பாலான தேசிய இனங்களைப் பற்றிய எந்த அறிவும் தெளிவும் இன்றி, அனைவரையும் ஒன்றாகப் பார்த்து, பாவித்து இந்திய தேசியம் பேசுவது போலித்தனமானது. கண்ணால் காண முடியாத, மனத்தால் அளவிட முடியாத பரந்த உலகின் சுபிட்சத்துக்காக உழைக்கப்போகிறேன் என்று சொல்வதைப் போன்ற சாத்தியமற்ற வேடிக்கையான கற்பனைதான் இந்திய தேசியம். எனது மொழி பேசி, எனது ஆசைகள், கனவுகளைப் பகிர்ந்துகொண்டு, என் நிலத்தில்

என்னோடு வாழும் தமிழ் மக்களோடு வேர்விட்டு, சமத்துவம், சகோதரத்துவம், சனநாயகம் போன்ற பண்புகளோடு இந்தியனாக, தெற்காசியனாக, மனிதனாகக் கிளைபரப்பும் ஒரு மரமாக வாழ்வது சிறப்பு.

தற்போதைய சூழலில் தமிழக அரசியலை இந்திய அரசியலின் பின்புலத்தில்தான் காண, கையாள வேண்டி யிருக்கிறது. தமிழகம் தொடர்பான அனைத்துப் பிரச்சினை களிலும் தில்லியே இறுதி முடிவெடுக்கும் அவலத்தைப் பார்த்துக் கொதிப்படைகிறோம். இன்னொரு கோணத்தில் பார்ப்போம். ஒருவேளை தமிழ்நாடு தனிநாடு என்றாகிவிட்டாலும்கூட, தமிழ்நாட்டைப் பெயர்த்தெடுத்து வேறு எங்கும் கொண்டுபோய் வைத்துக்கொள்ள முடியாது. அண்டை மாநில மக்களோடும் மற்றவர்களோடும்தான் வாழ்ந்தாக வேண்டும். உடனுறைந்து வாழவும் முடியாது, விடைபெற்றுப் போகவும் முடியாது எனும் நிலையில் சிக்கியிருக்கிறோம்.

‘இந்தியராய் இருப்போம், தமிழரென்பதை மறப்போம்’ எனும் நிலைப்பாடு கிஞ்சிற்றும் ஏற்புடையதல்ல. நாம் மதிக்கப்பட்டு, நமது உரிமைகள் காக்கப்பட்டு, நமது ஈடுபாடுகள் பேணப்படும் பட்சத்தில் ‘தமிழராய் இருப்போம், இந்தியராய் இணைவோம்’ எனும் நிலைப்பாடு எடுக்கலாம். “மாநிலத்தில் சுயாட்சி, மத்தியிலே கூட்டாட்சி” எனும் திராவிடக் கட்சி களின் கொள்கை வெறும் முழக்கமாகிவிட்டதால், மக்கள் இணையம் அமைப்பாளர் செ. ச. செந்தில்நாதன் அவர்களின் “தன்னாட்சி தமிழகம், இணையாட்சி இந்தியா” எனும் கொள்கை முழக்கத்தைக் கைக்கொள்ளலாம். நம்முடைய இந்த அரசியல் முதிர்ச்சி தொடரவேண்டுமானால் இந்திய அரசியல் கட்டமைப்புக்களும் நமக்கு உதவ வேண்டும்.

ஏற்புடைய இந்திய தேசியத்தைப் பின்னணியாகக் கொண்டு, ஏற்றமிகு தமிழ்த் தேசியம் அமைத்துக்கொண்டாலும், வெற்று முழக்கங்களும் வீர வசனங்களும் நமக்கு உதவா. வீரம், தீரம் பற்றியெல்லாம் பேசிக்கொண்டிருப்பதில் பயன் ஏதுமில்லை. பண்டைப் பெருமைகளையும் பழங்கதைகளையும் சொல்லிக்கொண்டிருப்பதில் பொருளில்லை. எளிய தமிழ் மக்களுக்குப் பச்சைத் தமிழ்த் தேசியம் என்ன செய்கிறது, எப்படி உதவுகிறது என்பதுதான் முக்கியம். ஓர் அர்த்தமுள்ள, கண்ணியமான, நம்பிக்கையுள்ள வாழ்க்கை வாழ இந்த விழுமியம் நம்மவருக்கு ‘இங்கே, இப்போது’ எப்படி உதவுகிறது என்பதுதான் இன்றியமையாதது.

இந்தச் சிக்கலான நீண்டகால அரசியல் பயணத்தின் முதல் அடியாகத் தமிழ்ப் பண்பாடு/வாழ்வியல் என்ற நிலையில் நின்று, நமது வாழ்வாதாரங்களைக் காக்கவும், வாழ்வுரிமைகளை மீட்கவும், நமது வருங்காலத்தை நாமே அமைத்துக்கொள்ளவும் முயல்வோம். முனைவர் த.செயராமன் பேசும் "கனிம இறையாண்மை" போன்ற விழுமியங்கள் முதல், மக்கள் பாவலர் இன்குலாப் முன்மொழியும் "பார்வையாளர்களாக இருக்கும் மக்களைப் பங்கேற்பவர்களாக மாற்றும்" நடவடிக்கைகள் வரை கைக்கொண்டு, தோழர் தியாகு பரிந்துரைக்கும் "கருத்தொற்றுமையும் செயலொற்றுமையும்" கொணரும் ஓர் "ஒளி மிகுந்த கல்வி பரப்புதல்" நடந்தாக வேண்டும். இதுதான் பச்சைத் தமிழ்த் தேசியத்தின் பணி, பாணி என்றாகட்டும்!

உதவிய நூல்கள், கட்டுரைகள்:

1. O.V. Vijayan, *The Saga of Dharmapuri*. New York: Penguin Books, 1989.

2. S.P. Udayakumar, "The Wolf and the Sheep," *Peace Review* 6/1 (1994), pp. 109-118.

3. S.P. Udayakumar, *'Presenting' the Past: Anxious History and Ancient Future in Hindutva India*. Westport, CT: Praeger Publishers, 2005.

4. தமிழ்க்கனல், "தமிழ்த் தேசியம்," *உழைக்கும் மக்கள் தமிழகம்* (அக்டோபர்–நவம்பர் 2013), பக். 5–7.

5. தமிழ்த் தேசப் பொதுவுடைமைக் கட்சி, *கொள்கை அறிக்கை*. சென்னை: தமிழ்த் தேசப் பொதுவுடைமைக் கட்சி, 2014.

6. பழ.நெடுமாறன், *தமிழ்த் தேசியர்களே! தோளோடு தோள் இணைவோம்!* சென்னை: தமிழ்க்குலம் பதிப் பாலயம், 2014.

7. க. திருநாவுக்கரசு, "திராவிட இயக்கமும் தமிழ்த் தேசிய உணர்ச்சியும்," *திராவிட இயக்க நூற்றாண்டு சிறப்பு மலர்*. சென்னை: திராவிட இயக்கத் தமிழர் பேரவை, 2013, பக். 9–32.

8. கி. வெங்கட்ராமன், "பசுமை மார்க்சியம், காந்தியம், தமிழ்த் தேசியம்," *தமிழ்த் தேசியத் தமிழர் கண்ணோட்டம் பொங்கல் மலர்*, 2014, பக். 12–23.

9. S.P. Udayakumar, *Green Politics in India*. Nagercoil: Transcend South Asia, 2008. pp. 15 - 17.

10. பெ. மணியரசன், *தமிழ்த் தேசியமும், பிறமொழியினரும்*. சென்னை: தமிழ்த் தேசப் பொதுவுடைமைக் கட்சி, 2012.

11. த.செயராமன், *மீத்தேன் திட்டப் பேரழிவும் தமிழ்த் தேசிய இனத்தின் கனிம இறையாண்மையும்*. சென்னை: பன்மை வெளி, 2014.

12. "தமிழ்த் தேசியம் சாத்தியமே மாயை அல்ல," *தமிழ்த் தேச விடுதலை அறம்* (ஆகத்து 2014), பக். 15.

13. தோழர் தியாகு, "ஒற்றுமை நோக்கில் ஒரு விவாதம் – 2," *தமிழ்த் தேசம்* (சூலை–செப்டம்பர் 2014), பக். 3.

தமிழ்த் தேசியம், இந்தியத் தேசியம்

தமிழர் ஒரு தெளிவான தேசிய இனம் என்பதும், இந்தியர் என்பது ஒரு பரந்துபட்ட தேச அடையாளம் மட்டும்தான் என்பதும் நாம் அறிந்ததே. விடுதலைக்கு முன்னர் விநாயக் தாமோதர் சாவர்க்கர் போன்ற இந்துத்வவாதிகள்

"ஒரு தேவன், ஒரு தேசம், ஒரு பாசை;
ஒரு சாதி, ஒரு சீவன், ஓர் ஆசை"

எனும் முழக்கத்தோடு புதிய இந்து/இந்தியத் தேசியம் படைக்க முற்பட்டார்கள். இந்தியரெல்லாம் இந்தி மொழி பேசுகின்ற, இந்து மதத்தை நேரிடையாகவோ மறைமுகமாகவோ பின்பற்றுகின்ற இந்துஸ்தானியர்கள் எனக் கொண்டு "இந்தி – இந்து – இந்துஸ்தான்" எனும் கோஷத்தை இந்து/ இந்தியத் தேசியம் முன்வைத்தது. இந்தத் திட்டம் எங்கேயும் போய் கரை சேரவில்லை என்பதை நாமறிவோம்.

ஆனால் அதே நேரம், இந்தியன் எனும் பரந்துபட்ட அடையாளத்தை இந்தியாவிலுள்ள பெரும்பாலான தேசிய இனங்கள் ஏற்றுக்கொள்கின்றன, அல்லது குறைந்தபட்சம் பெரிதாக எதிர்க்கவில்லை. காஷ்மீர் முஸ்லீம்களும், வடகிழக்கு மாநிலங்களிலுள்ள ஒரு சில தேசிய இனங்களும் எதிர்த்தாலும் அவர்களால் பெரிதாக வெற்றியடைய முடியவில்லை. தமிழர்களும் இந்த தேச

அடையாளத்தை முழுமூச்சாக எதிர்க்கவில்லை என்றாலும், இந்தியத் தேசிய நீரோட்டத்தால் தலைகுப்புற அடித்துச் செல்லப்படுவதை எதிர்த்து நின்றோம், நிற்கிறோம். திராவிடத் தேசியத்தின் பங்களிப்பு இதில் கணிசமாக உண்டு என்றாலும் 1962ஆம் ஆண்டு சீனப் போருக்குப் பிறகு தி.மு.க. தனது பிரிவினைவாத நிலைப்பாட்டைக் கைவிட்டது. கருணாநிதியின் தி.மு.க. "நேருவின் மகளே வருக, நிலையான ஆட்சியைத் தருக" என்று தேசிய நீரோட்டத்தின் நடுவே குதித்து, நீந்தித் திளைத்தது. எம்.ஜி.ஆரின் அ.தி.மு.க. "அகில இந்திய" எனும் முன்ஒட்டை தன் பெயரோடு இணைத்துக்கொண்டு தனது இந்தியத் தேசிய விசுவாசத்தை நிரூபித்தது. எனினும் வலுவான இந்தி எதிர்ப்புப் போக்கும், சன்னமான இந்தி(ய) ஏகாதிபத்திய எதிர்ப்பு உணர்வுகளும் தமிழ்ச் சமுதாயத்தில் இன்றும் இழையோடிக் கொண்டுதானிருக்கின்றன.

மூன்று தெரிவுகள்

இந்தியத் தேசியம், தமிழ்த் தேசியம் ஆகியவற்றின் ஊடாடுதலைப் பொறுத்தவரை, தமிழர்களாகிய நம் முன்னால் மூன்று தெரிவுகள் இருக்கின்றன என்று நான் நினைக்கிறேன். ஒன்று, இப்போது இருப்பது போலவே காலத்தை ஓட்டுவது. இந்தித் திணிப்பு, நதிநீர் பங்கீடு, கச்சத் தீவு, மூன்று தமிழர் தூக்கு, மீனவர் படுகொலை, கூடங்குளம் – கல்பாக்கம் அணுஉலை, தமிழக வளம் அழிப்பு, தமிழர் நலம் ஒழிப்பு என நாம் முறையிட்டுக்கொண்டே இருப்போம்; தில்லி தான் நினைத்ததைச் செய்துகொண்டேயிருக்கும். நாம் கையைப் பிசைந்துகொண்டு கருவிக் கொண்டேயிருப்போம்; தில்லி நம்மை சந்தேகக் கண்ணோடு பார்த்துகொண்டே சங்கடங்களுக்கு உள்ளாக்கிக் கொண்டேயிருக்கும். தமிழ்க் கடலுக்கு அப்பால் நமது தொப்புள்கொடி உறவுகள் கொல்லப்படும்போது கூட, தில்லி சிவசங்கர மேனன்களையும் நாராயணன்களையும்தான் அனுப்புமே தவிர, நம்மவரைப் பங்கேற்க அனுமதிக்காது. தனது அண்மைக் கட்டுரை ஒன்றில், புகழேந்தி தங்கராஜ் கேட்கிறார்:

> ஒன்றரை லட்சம் தமிழ்ச் சொந்தங்கள் கொல்லப் பட்டதற்கு எங்கள் காந்தி தேசமான இந்தியா காரணமாய் இருந்திருக்கிறதே என்று இங்கேயிருக்கிற நாம் கோபப்படுகிறோம். தமிழினப் படுகொலையைத் தடுத்துநிறுத்தத் தவறிய தலைவர்களைக் கண்டிக்கிறோம். இந்த உண்மை தெரிந்தும், ஒன்றுமே தெரியாதவர்களைப் போல், புலிகளைத் தோற்கடித்ததற்காகத்தான் நீங்கள்

கோபப்படுகிறீர்கள் என்று ஆட்சியிலிருப்பவர்கள் போக்குக் காட்டினால், ஒன்றரை லட்சம் உயிர்களை மதிக்காத கிராதகர்களின் பிடியில்தான் இந்தியா இன்னும் இருக்கிறதா என்கிற வேதனையையும் வெறுப்பையும் தவிரத் தமிழினத்துக்கு வேறெது மிஞ்சும்? எங்களிடையே இப்படியெல்லாம் விரோதத்தை விதைப்பவர்களால், ஒருமைப்பாட்டை எப்படி அறுவடை செய்ய முடியும்?

நாம் நடத்தப்படும் விதம் பற்றி நமக்குள் மனக்குமுறல் இருந்தாலும், நமது பலத்தை அதிகரிக்கவோ, நமது நிலையை உறுதியாக்கிக்கொள்ளவோ நாம் எதுவும் செய்யவில்லை. நம்மவரை மதிக்கவோ, விரும்பவோ எந்த முயற்சிகளையும் நாம் இன்னும் எடுக்கவில்லை. தமிழர் என்று ஒப்புக்குச் சொல்லிக்கொண்டாலும், உள்ளுக்குள் சாதி, மதம் பார்த்து வேற்றுமையைக் கண்போலக் காத்து வருகிறோம். “இரண்டு டம்ளர்” வைத்துக்கொண்டு “நான் இதில் குடிக்கிறேன், அவன் அதில் குடிக்கட்டும்” என்று தண்ணீர் குடிப்பதில்கூட சாதி பார்க்கிறோம். குறிப்பிட்ட சாதியினர் எங்கள் அருகே இருந்தால், காட்டில் போய் வாழ்ந்தாலும் வாழ்வோமே தவிர, அவர்களோடு வாழமாட்டோம் என்று அற்பத்தனமாக நடந்துகொள்கிறோம். நமது தாழ் நிலைக்கு நாம் பொறுப்பேற்காமல், இந்தி பேசுபவனையும், இந்துத்வாக்காரனையும், மலையாளியையும் காட்டியே காலம் தள்ளுகிறோம்.

பெரும்பான்மையான நம் அரசியல் தலைவர்கள், சமூக இயக்கத் தலைவர்கள் தமிழ்ச் சமூகத்தின் எந்தப் பிரச்சினையிலும் ஒன்றுபட்டுப் போராட முன்வர மாட்டார்கள். தமிழக முதல்வரும், எதிர்கட்சித் தலைவரும் ஒருவரையொருவர் நேருக்கு நேர் பார்த்து வெறுமனே ஒரு வணக்கம்கூடச் சொல்லிக்கொள்ள மாட்டார்கள் நம் இன்பத் தமிழ் நாட்டிலே. மக்கள் பிரச்சினைகளைவிடத் தங்கள் அகங்காரம்தான் அதிமுக்கியம் வாய்ந்தது என்று நடந்து கொள்வார்கள். நாமும்கூட திராவிடத் தேசியம், தமிழ்த் தேசியம் என்று அர்த்தமின்றி, அவசியமின்றி சண்டையிட்டுக் கொள்வோம். கேரளாவைப் பாருங்கள்; முக்கியமான பிரச்சினைகளில் எல்லாம் அங்குள்ள கட்சிகள், தலைவர்கள் எல்லாரும் ஒன்றுபட்டு நிற்கிறார்கள். காங்கிரஸ்காரர்களும், கம்யூனிஸ்டுகளும், காவிகளும் ஒரே அணியில் ஒன்று திரள்கிறார்கள். தமிழகத்திலோ காவிரி நதிநீர்ப் பிரச்சினை என்றால் காவிரிப் படுகை மக்கள் போராடட்டும்; பாலாறுப் பிரச்சினை என்றால் வட தமிழக

மக்கள் பார்த்துக்கொள்ளட்டும் என்ற நிலையில்தான் நாம் இருக்கிறோம். நாம் நம்மை இன்னும் தமிழர்களாய் பார்க்கத் துவங்கவில்லை. தமிழகம் தழுவிய நோக்கு, பார்வை நமக்கு இன்னும் வரவில்லை.

அதே போல இந்தியத் தேசத்தின் அதிகாரக் குவிப்புக் கட்டமைப்பை எதிர்க்கும் நாம், மாநில அளவில் அதே மையப்படுத்தல் போக்கையும், சிறுபான்மை மறுப்புப்போக்கையுமே கடைபிடிக்கிறோம். "எங்களுக்கு அதிக உரிமை தா" என்று தில்லியிடம் கோரும் நாம், மாநில அரசின் கீழ் இருக்கும் உள்ளாட்சி அமைப்புகளுக்கு எக்காரணம் கொண்டும் எந்த உரிமையும் கொடுக்க முன்வரமாட்டோம். எங்களுக்குத் தன்னாட்சி வேண்டும் என்று கோரும்போது, எங்கள் கீழே இருக்கிறவர்களுக்கு எந்தத் தன்னாட்சியும் கொடுக்க மாட்டோம் என்பதுதான் நமது முரண்பாடான நிலை. வீட்டிலே மனைவிக்கும் குழந்தைகளுக்கும் உரிமைகள் கொடுக்க மாட்டோம். ஊரிலே பெண்களுக்கு, இளைஞர்களுக்கு எந்த அங்கீகாரமோ அதிகாரமோ கொடுக்க மாட்டோம். ஆனால் இந்திக்காரனை மட்டும் எப்போதும் எதற்கும் திட்டுவோம். இப்படிப்பட்ட முரண்பாடுகளோடு, பொறுப்பற்ற தன்மையுடன், மற்றவர்களைப் பழித்து, தன்னை அழித்துக்கொண்டு வாழ்ந்து முடிப்பது நம் முன்னிருக்கும் ஒரு தெரிவு. "அடிக்கிற வழியில் போகவில்லை என்றால், போகிற வழியில் அடிப்போம்" என்கிற இந்த நிலை முற்றிலும் புறந்தள்ளப்பட வேண்டியது.

இரண்டாவது தெரிவு இந்தியாவோடு ஒட்டோ, உறவோ வேண்டாம், எங்களுக்குத் தனிநாடு – தமிழ்நாடு – கொடு எனக் கேட்பது. எடுத்துக்காட்டாக, பாவலரேறு பெருஞ் சித்திரனார் கடைசிவரை இந்த நிலையில் மிக உறுதியாக இருந்தார். "தமிழக விடுதலைதான் நம் முழு மூச்சு, நோக்கம், கொள்கை, முயற்சி என்று தமிழர்கள் ஒவ்வொருவரும் உணர்தல் வேண்டும்" எனும் முழக்கம் அவர் நடத்திய 'தென்மொழி' மாத இதழின் முன் பக்கத்தில் ஓங்கி ஒலித்தது. தன்னுடைய தனிநாடு நிலையை ஆணித்தரமாக அவர் எடுத்துவைத்தார்:

> இந்தியன் இந்து என்ற அடையாளம் இருக்கும் வரை தமிழர்களும் இந்தியனாகவும் இந்துவாகவும் இருக்க வேண்டும். தமிழினமும் தமிழ் மொழியும் இந்தியன் இந்து என்ற வஞ்சகத்திலிருந்தும் மேலாளுமையினின்றும் தமிழன் மீளவே முடியாது. அத்தகைய இந்தியன் இந்து

என்ற அடையாளத்திலிருந்தும் பிடிப்புகளிலிருந்தும் தமிழன் மீளாதவரை, தமிழ் மொழி தூய்மையுறாது, தமிழினம் தலைதூக்காது, தமிழர் நாடு அடையவே அடைய முடியாது. ஆகவே நம் தமிழர்கள் இந்து மதத்திலிருந்தும் இந்தியன் என்ற அடையாளத்திலிருந்தும் விலக வேண்டும்.

பாவலரேறு பெருஞ்சித்திரனார் போன்றே தமிழ் மக்களின் அன்பையும் மதிப்பையும் பெற்றிருந்த மொழிஞாயிறு தேவநேயப் பாவாணர் கூறுகிறார்:

வாழ்ந்தாலும் தமிழுக்கும் தமிழர்க்கும் வாழ்வேன்!
வளைந்தாலும் நெளிந்தாலும் தமிழ்பொருட்டே ஆவேன்!
தாழ்ந்தாலும் வீழ்ந்தாலும் தமிழ் மேல்தான் வீழ்வேன்!
தனியேனாய் நின்றாலும் என்கொள்கை மாறேன்!
சூழ்ந்தாலும் தமிழ்ச்சுற்றம் சூழ்ந்துரிமை கேட்பேன்;
சூழ்ச்சியினால் பிரித்தென்றன் உடலையிருகூறாய்ப்
போழ்ந்தாலும் சிதைத்தாலும் முடிவந்த முடிவே!
புதைத்தாலும் எரித்தாலும் அணுக்களெல்லா மதுவே!

ஈழப் பிரச்சினையில் இந்தியா கடைபிடிக்கும் இரண்டுங்கெட்டான் நிலை பற்றிப் பேசும் புகழேந்தி தங்கராஜ் தெளிவாக வாதிடுகிறார்:

விடுதலைப் புலிகளுக்குத் தோல்வி – தமிழ் ஈழத்தால் இந்தியாவுக்கு ஆபத்து என்றெல்லாம் புருடா விடுவதன் மூலம் சிங்கள மிருகங்களைக் காப்பாற்ற தொடர்ந்து முயல்வதாக இருந்தால், வெளிப்படையாக அதை அறிவித்துவிடுங்கள். உங்களுடனான உறவை ஒட்டுமொத்தமாகத் துண்டிப்பதென்று நாங்களும் முடிவெடுத்து விடுகிறோம். சட்டத்தையும் நியாயத்தையும் வளைப்பதென்று நீங்கள் முடிவெடுக்கலாம் . . . அந்த இரண்டையும் நிமிர்த்த வேண்டுமென்று நாங்கள் முடிவெடுக்கக் கூடாதா? தடை . . . எச்சரிக்கை . . . என்றெல்லாம் சீன் போடாமல், எது சௌகரியம் என்பதை உடனடியாகத் தீர்மானியுங்கள்.

தனிப்பட்ட அறிஞர்கள், செயல்வீரர்கள் போல், பல தமிழ் அமைப்புக்களும் இயக்கங்களும் தனிநாடு கோரிக்கையை முன்வைக்கின்றன. முன்னாள் நக்சலைட் அமைப்பினரான புலவர் கலியபெருமாள், தமிழரசன், அன்பழகன் (எ) சுந்தரம் போன்றோர் 1980களில் ‘தமிழ் நாடு விடுதலைப் படை’ எனும் ஒரு வன்முறை இயக்கத்தைக் கட்டமைத்து தனிநாடு பெற முயன்றனர். பின்னர் 2002இல் அந்த அமைப்பு தடை செய்யப்பட்டபோது, பலர் ‘தமிழர்

விடுதலை இயக்கம்' என்ற அமைப்பின்கீழ் பணியாற்றினர். வன்முறையிலோ, பயங்கரவாதத்திலோ நம்பிக்கையற்ற பல சனநாயக அமைப்புகளும்கூடத் தனிநாடு கோரிக்கையை முன்வைக்கின்றன. "இறையாண்மையுள்ள தமிழ்த் தேசக் குடியரசு" அமைப்பதே தமது இலக்கு எனத் தமிழ்த் தேச பேரியக்கம் வலியுறுத்துகிறது.

ஆனால் விடுதலைக்குத் தன்னை அணியமாக்கிக் கொள்ளாத ஓர் இனத்தைச் சுபிட்சத்துக்கு அழைத்துச் செல்வது எப்படி? ஒரு கூட்டமைப்பில் அங்கம் வகிக்கும் ஒரு தேசிய இனம் தான் விரும்பினால் பிரிந்து போகவும், தனது அரசியல் சுயநிர்ணய உரிமையைத் தக்கவைத்துக்கொள்ளவும் முழு உரிமை கொண்டிருக்கிறது, கொண்டிருக்க வேண்டும். அப்படி இல்லையென்றால் அந்த அமைப்புக்குப் பெயர் கூட்டமைப்பு அல்ல, கொத்தடிமைத்தனம். இருபத்தொன்றாம் நூற்றாண்டில் இம்மாதிரியான அடிமைத்தனத்துக்கு ஆட்பட முடியாது. கூட்டுக் குடும்பத்தில், கூடிவாழ்வதில் பல சிரமங்கள், தடைகள், இக்கட்டுகள் இருக்கின்றன என்பது உண்மை. இந்தக் கூட்டமைப்பில் பிரச்சினை என்றால் எப்படி மற்றவருக்குத் துன்பம் தராமல், உண்மையில் சொல்லப்போனால், இன்பம் தந்து, தனது நலன்களையும் காத்துக்கொள்வது என்று சிந்திக்க வேண்டும், செயல்பட வேண்டும். அதற்கான கட்டமைப்புகள் அமைக்கப்பட்டிருக்க வேண்டும். எனவே தனிநாடு எனும் இரண்டாவது நிலை ஏற்றுக்கொள்ளப்படக் கூடியதுதான்.

இந்தியா என்பது வரலாற்றின் துவக்கம் முதலே இருந்து வருவது போலவும், அதைக் கேள்விக்குள்ளாக்குவது பெரும்பாவம் என்பது போலவும் சிந்திப்பது, பேசுவது வேடிக்கையானது. ஆனால் "தமிழ்த் தேசியம் – இந்தியத் தேசியம்" உறவு என்பது மிகவும் நுட்பமான, சிக்கலான ஒரு பிரச்சினை. இந்தப் பிரச்சினையின் ஆழ அகலங்களைப் புரிந்துகொள்ளாமல் 'எடுத்தேன், கவிழ்த்தேன்' எனக் கருத்துச் சொல்வதும், செயல்படுவதும் அபத்தமானது, ஆபத்தானது. ஒன்றுபட்ட இலங்கை வேண்டாமென்று சொல்வதற்கு வலுவான காரணங்கள் இருக்கின்றன. நாம் ஈழத் தமிழர்கள் போல் கொடுமைப் படுத்தப்படவில்லை, கொல்லப்படவில்லை என்பதை ஒத்துக்கொண்டாக வேண்டும். ஆனாலும் நாம் பிரித்தாளப்படுகிறோம், வேறுபடுத்திப் பார்க்கப்படுகிறோம் என்பதில் எந்த மாற்றுக் கருத்துமில்லை. ஈழத் தமிழர் பிரச்சினையும் இப்படித்தான் ஆரம்பித்தது என்பதும் நமக்குத் தெரியும்.

தனிமரம் தோப்பாகாது; தனிநபர் தீவாக இரார். தனிநாடு அனைத்துப் பிரச்சினைகளுக்கும் தீர்வாகாது என்பதை அறிவோம். தனிநாடு வாங்கிவிட்டாலும், தமிழகத்தை அப்படியே வெட்டி எடுத்துக் கொண்டுபோய் ஆஸ்திரேலியா அருகே வைத்துவிட முடியாது. நமதருகே உள்ள மக்களோடு இணைந்து பணியாற்றியே தீர வேண்டும். யதார்த்தம் பெரிதாக மாறிவிடப் போவதில்லை. இந்தியாவில் வெள்ளையன் போய் கொள்ளையன் வந்தது போல் தனிநாடான தமிழ்நாட்டில் இந்திக்காரன் போய் ஓர் ஈட்டிக்காரன் வந்தால் என்ன செய்வது? இந்தியாவிடமிருந்து மதத்தின் பெயரால் பிரிந்த பாகிஸ்தானும், அவர்களிடமிருந்து மொழியின், கலாச்சாரத்தின் பெயரால் பிரிந்த வங்காளதேசமும் இன்னும் தத்தளித்துக் கொண்டுதானிருக்கின்றன.

இந்த நிலையில் நமது நிலை என்னவாக இருக்க முடியும்? ஏகாதிபத்தியம், அடக்குமுறை எந்த உருவத்தில் வந்தாலும் அதை எதிர்ப்பது, தட்டிக்கேட்பது எனும் நமது இலட்சியக் கொள்கையை உறுதியாக்கிக்கொள்வோம். ஒரு தொடர் கருத்துப் பரிமாற்றத்தில் சிரத்தையுடன் பங்கேற்போம். ஒரு தாய் – மகன் (தாய்நாடு – "நீரதன் புதல்வர்") சொந்தம் போல் பாசம்/கடப்பாடு என்ற அடிப்படையில் அல்லாமல், மைய – மாநில உறவைக் கணவன் – மனைவி உறவாக கடமை/ உரிமை அடிப்படையில் பார்ப்பதுதான் பொருத்தமாக இருக்கும். மணமுறிவு எனும் ஆபத்து இருந்தாலும், அல்லது இருப்பதால், ஒருவரையொருவர் அன்புடனும் மரியாதையுடனும் நடத்துகிறோம்.

இந்தக் குழப்பமான, சிக்கலான நிலையில் உடனடியாகத் தனிநாடு கோருவது என்பது வாதிக்கப்பட வேண்டிய விடயம். "எண்ணித் துணிக கருமம்" என்பதுதான் இப்போது நமது நிலையாக இருக்க வேண்டும், இருக்க முடியும் என்பது எனது எண்ணம். இந்தப் பிரச்சினை குறித்து உகந்த முடிவெடுக்க, வள்ளுவர் அற்புதமாக உதவுகிறார்:

> அழிவதூஉம் ஆவதூஉம் ஆகி வழிபயக்கும்
> ஊதியமும் சூழ்ந்து செயல்.

தனித் தமிழ்நாடு கோரிக்கை நிறைவேறும்போது அழிவது எவ்வளவு, ஆவது எவ்வளவு என்று கணக்கிடுவது போல "வழி பயக்கும் ஊதியம்" பற்றி நாம் ஆழமாகச் சிந்தித்தாக வேண்டும். காஷ்மீரத்து மக்கள் படும் துன்பங்களும், காலிஸ்தானிகள் மற்றும் அவர்கள் ஆதரவாளர்கள் பட்ட இன்னல்களும்

நினைவுக்கு வருகின்றன. இந்தியத் தேசியம் அவ்வளவு எளிதில் நம்மைப் பிரிந்து போகவிடாது. அப்படியே நாம் பிரிந்து போக எத்தனித்தால் நம்மை அடக்கி ஒடுக்கவும் ஒழிக்கவும் தயங்காது. இந்த அடக்குமுறைக்கு அஞ்சி, வன்முறைக்குப் பயந்து ஒதுங்கி வாழ்வோம் என்பதல்ல எனது வாதம். தனிநாடு அடையும் முயற்சி ஏராளமான மக்களைக் கொன்று குவிக்கும்போது, எண்ணிறந்த இன்னல்களை நம் மக்களுக்கு இழைக்கும்போது, சுபிட்சமான வாழ்வு எனும் முடிவும், கொன்றொழிக்கப்படும் வழிமுறையும் ஒன்றுக்கொன்று முரண்படுகின்றனவே என்பதுதான் எனது ஆதங்கம். ஈழத்தில் நிலவுவது போன்ற ஓர் அச்சுறுத்தல், அத்துமீறல், அடக்குமுறை இங்கே நடக்காதபோது, மேற்குறிப்பிட்ட துன்பங்களை, தியாகங்களை, சமரை, சாவை, சங்கடங்களை எப்படி நியாயப்படுத்த முடியும்? எனவே மூன்றாவது தெரிவாக, எங்கள் வாழ்வை நாங்களே தீர்மானிக்கிறோம்; அதற்கு அனுமதிக்கவில்லை என்றால், நாங்கள் விடை பெறுகிறோம் என உறுதி பூணலாம். இன்றையச் சூழலில் "தன்னாட்சி அல்லது தனியாட்சி" என்ற முழக்கத்தை வைத்து செயல்படலாம்.

இன்றைய நிலைமை

தெற்காசியாவில் அடிப்படை மாற்றங்கள் செய்யப்பட வேண்டும் என்பதும், தற்போது நிலவுவது இடைக்கால, தற்காலிக ஏற்பாடுதான் என்பதும் வெள்ளிடைமலை. எடுத்துக்காட்டாக வங்காளிகள், பஞ்சாபிகள், காஷ்மீரிகள், தமிழர்கள் வெவ்வேறு நாட்டு குடிமக்களாகப் பிரிந்திருக்கிறோம். எந்தத் தேசிய இனமும் அங்கீகரிக்கப் படவுமில்லை, அவர்கள் தங்கள் அரசியல் எதிர்காலத்தை நிர்ணயித்துக்கொள்ளும் சுயநிர்ணய உரிமை வழங்கப்படவுமில்லை. தெற்காசிய மக்களின் நிலைத்து நிற்றல், சுகவாழ்வு, அடையாளம், சுதந்திரம் அனைத்தையும் செயற்கையான இந்தியா, பாகிஸ்தான், இலங்கை, நேபாளம் போன்ற கற்பனை தேசங்கள் கவனித்து வருகின்றன. ஒருவித நிலையற்ற தன்மைதான் நிலவுகிறது.

இதற்கு மாற்று என்னவாக இருக்கும் என்பது பற்றி நாம் சிந்தித்தாக வேண்டும். சரியாக இருபது ஆண்டுகளுக்கு முன்னால், ஜப்பான் நாட்டின் கியோட்டோ நகரில் நடந்த ஒரு சர்வதேச மாநாட்டில் ஓர் இளைஞனுக்கே உரிய இலட்சிய தாகத்துடன் நான் முன்வைத்த கருத்து என் நினைவுக்கு வருகிறது. இந்தியா, பாகிஸ்தான், வங்காளதேசம், இலங்கை, நேபாளம் போன்ற நாடுகளைத் தேசிய இனங்கள்

அடிப்படையில் பிரிப்பது; பின்னர் அவற்றை ஒரு கூட்டமைப்பாக இணைப்பது என்பதுதான் அது. ஒவ்வொரு தேசிய இனமும் தன் நிலைத்து நிற்றல், சுகவாழ்வு, அடையாளம், சுதந்திரம் அனைத்தையும் கவனித்துக் கொள்ளட்டும். எல்லாருமாகச் சேர்ந்து தெற்காசியப் பேரவை ஒன்றை நிறுவி ஒட்டுமொத்த பாதுகாப்பை, நிதி நிர்வாகத்தை, நல்வாழ்வை மேலாண்மை செய்துகொள்ளலாம். இப்படிச் செய்து கொள்ளும்போது காஷ்மீரம், காலிஸ்தான், ஈழம் எனப் பல பிரச்சினைகள் தீர்க்கப்படும். குறைப் பிரசவங்களான இன்றைய தேசங்கள் மாற்றியமைக்கப்பட்டு, நிறைகள் மிக்க நிம்மதி தருகின்ற குட்டிக் குடியரசுகள் பிறக்கும். ஆயுதப் போட்டி, படைபலப் போட்டி, இராணுவச் செலவு குறைக்கப்பட்டு, மக்களின் வளர்ச்சி, தன்னிறைவு முன்னிறுத்தப்படும். ஏழ்மையும் வறுமையும் மாறி ஏற்றமும் பெருமையும் பிறக்கும்.

அந்த உயரிய நிலை வரும் வரை என்ன செய்வது? இந்தியத் தேசியம் என்று எதுவும் இல்லை, இந்தியத் தேசத்தைப் பற்றித்தான் நாம் பேசிக்கொண்டிருக்கிறோம் என்பது தெளிவு. தமிழ்த் தேசியம், இந்தியத் தேசம் இரண்டும் மூச்சும் பேச்சும் போன்றவை எனக் கொள்வோம். மூச்சின்றிப் பேச்சில்லை; ஆனால் பேச்சில்லாமல் மூச்சு விட முடியும். மூச்சை நிறுத்திக்கொண்டு உயிர் வாழ முடியாது; ஆனால் பேச்சை நிறுத்திக்கொண்டு நிம்மதியாக இருக்கலாம். மூச்சு உயிரின் அங்கம், அடிப்படையானது; ஆனால் பேச்சு உயிர்வாழ்வின் பல அம்சங்களுள் ஒன்று. ஆழமாக மூச்சு விட்டால், அர்த்தமுள்ள பேச்சு வரும்; மேலோட்டமாக மூச்சு விட்டால் நிலை தடுமாறி வீழ்ந்து விடுவோம்.

தமிழர்களாகிய நம்மிடையே சில விடயங்களை நாம் தீர்மானிக்க வேண்டியிருக்கிறது. நம்மிடையே நிலவும் ஒற்றுமையின்மை; சாதி, மத வேறுபாடுகள்; இயற்கை வளங்களைப் பேணாமை; நாம் எங்கேப் போகிறோம், நமக்கு என்ன வேண்டும் என்பவற்றை அறியாமை; அவற்றை அறிய முயற்சி செய்யாமை போன்றவை நமது உடனடி கவனத்தைப் பெற வேண்டும். நமக்குள்ளும் நம்மோடிருப்பவரோடும் கருத்துப் பரிமாற்றத்தில் ஈடுபடுவோம். தெளிவாகச் சொல்வோம், ‘இந்தியத் தேசம் எனும் கூட்டுக்குடும்ப வீட்டின் எங்கள் பகுதியை நாங்கள் சுத்தம் செய்து கொண்டிருக்கிறோம். நாங்கள் தொடர்ந்து உங்களோடிருந்து வாழ்கிறோமா, அல்லது இடையே குறுக்குச் சுவர் கட்டுகிறோமா என்பது உங்கள் கைகளில் இருக்கிறது. விட்டுக்கொடுத்து வாழ்வதா கட்டுப்படுத்தி உறவை அழிப்பதா என்பதை முடிவு

செய்யவேண்டியது நீங்கள். கேள்வி நாங்கள் பிரிவினை வேண்டுகிறோமா என்பதல்ல; நீங்கள் எங்களை நிம்மதியாக, கௌரவமாக, உரிமைகளுடன், மாண்புகளுடன் இங்கே வாழ அனுமதிக்கிறீர்களா என்பதுதான்.

உதவிய கட்டுரைகள்

1. புகழேந்தி தங்கராஜ், "தடையை நீட்டிப்பதாக அறிவிக்கும் பாரதமே . . . எங்கள் இனத்தின் அடையாளம் விடுதலைப் புலிகள்தான்!" *தமிழக அரசியல்*, யூலை 23, 2012.

2. *தமிழ்ச்சிட்டு*, குரல் – 8, இசை – 12.

3. பெ. மணியரசன், "இந்தியத் தேசியம், திராவிடத் தேசியம் இரண்டையும் மறுக்கிறது தமிழ்த் தேசியம்," *கீற்று. காம்*, ஏப்ரல் 24, 2012.

4. *S. P. Udayakumar, "Disintegrate and Integrate: Educating for an Interdependent World through Three Stages." Presented at the 15th IPRA General Conference, Kyoto, Japan, July 27-31, 1992.*

பச்சைத் தமிழ்த் தேசியம்

பெரியார், அண்ணா கால தி.(மு).க.காரரின் மகனாகப் பிறந்த காரணத்தால் நான் பல நன்மைகளைப் பெற்றேன் என்று உறுதியாக நினைக்கிறேன். பகுத்தறிவு, சுயமரியாதை, பெண் விடுதலை, மூட நம்பிக்கைகளைக் களைதல் எனப் பல நல்ல சிந்தனைகளை, செயல்பாடுகளைப் பெற அது அச்சாரமாய் அமைந்தது. இவை எல்லாவற்றையும்விடப் பார்ப்பனீய ஆதிக்கம் எனும் சமூக, கலாச்சார, பொருளாதார, அரசியல் ஆக்டபசை இனம் கண்டிட, எதிர்த்திட, எடுத்தெறிந்திடப் பெரிதும் உதவியது.

இந்த விழிப்புணர்வு அன்றைக்குக் கிடைக்காமல் போயிருந்தால் இன்றைக்குப் பார்ப்பனர் உயர்ந்தவர், அவர் வணங்கும் தெய்வங்கள் உயர்ந்தவை, அவர் ஓதும் வேதம் உன்னதமானது என்று உளறிக்கொண்டிருந்திருப்பேன். காக்கி நிக்கர் போட்டுக்கொண்டு, மராட்டிய பார்ப்பனர் களின் புகழ் பாடிக் கொண்டிருந்திருப்பேன். மனுதர்ம மடமை, சாதீய வெறி, இன வேற்றுமைச் சதி, அதிகாரத் திமிர், அடக்கி யாளும் அகந்தை, முதலாளித்துவக் காமம் எனக் கட்டமைக்கப்பட்டிருந்த சமூக ஏற்பாட்டை எந்த விதமான கேள்வியும் இன்றி ஏற்றுக்கொண்டிருப்பேன். தீண்டாமை, அதைவிடக் கொடுமையான காணாமை போன்றவை இயற்கை விதிகளாகத் தோற்றமளித்திருக்கும். இவை இரண்டையும் விட மோசமானது தன்னையே நம்பாமை. தங்களால் மட்டுமே சிந்திக்க, செயல்பட, தீர்மானிக்க, நடத்த முடியும்; வேறு யாராலும்

தங்களைப் போல் இயங்க முடியாது; மற்றவர்கள் எதிர்ப்பை ஏற்றுக்கொள்ள இயலாது எனும் தான்தோன்றித் தத்துவத்தை தர்க்கரீதியாகப் பார்த்திருக்க மாட்டேன்.

“திராவிடத்தால் வீழ்ந்தோம்” என்று அய்யா குணா போன்றோர் வாதிட்டாலும், திராவிடத்தால் வாழ்ந்தோம் என்பதையும் மறுப்பதற்கில்லை. காங்கிரஸ் வல்லாதிக்கத்தை எதிர்க்க, பிற்போக்கான சமுதாயத்தைக் கேள்வி கேட்க, அதன் ஏற்பாடுகளை மாற்றியமைக்கப் பெரியாரியம் உண்மையிலேயே உதவியது. பெரியார் கையாண்ட சில சொற்கள், சிந்தனைகள், கருத்துக்கள், முடிவுகள், நடவடிக்கைகள், சமரசங்கள் தற்போது ஏற்றுக்கொள்ளப்பட முடியாதவையாக மாறி இருக்கலாம். காலமும் சூழலும் தேவையும் மாறும்போது, கருத்துக்கள் மாறுவதில் வியப்பேதும் இருக்க முடியாது. இன்னும் பழைய பெரியாரை, அவரின் பழைய கொள்கைகளைக் கட்டிக்கொண்டு இழுப்பது தேவையற்றது. பெரியாரிடமிருந்து தேவையானவற்றை எடுத்துக்கொண்டு, தேவையற்றவற்றை விட்டுவிடுவதுதான் அறிவுடைமை.

முன்னாள் தலைவர்கள் இட்ட அஸ்திவாரங்களின் மீது இந்நாளைய தேவைக்கு ஏற்றாற்போல் கட்டிக்கொள்வதுதான் சிறப்பு. இந்தப் படைப்பாற்றலில், புத்தாக்கத்தில் கவனம் செலுத்த வேண்டுமே தவிர, இன்றைய நாளில் நின்று கொண்டு கடந்த நூற்றாண்டின் நிகழ்வுகளை விமர்சிப்பதும், இங்கே நின்றவாறே காலனி ஆதிக்க காலத்து அரசியலை அலசுவதும் நமது தற்போதைய தேவைக்குப் பெருமளவில் உதவும் விடயங்களல்ல என்பது என் எண்ணம். வீடு தீப்பற்றி எரிந்துகொண்டிருக்கும்போது, வீண் பேச்சு பேசிக்கொண் டிருப்பது போலவே எனக்குத் தோன்றுகிறது.

பெரியார் கன்னடரா, தமிழரா எனும் விவாதம் எப்படி நமக்கு உதவும் என்பதும் எனக்குப் புரியவில்லை. தமிழரை மட்டும்தான் தலைவராய் ஏற்றுக்கொள்வோம், ஏற்றுக்கொள்ளவேண்டும் என்றால், நாம் போற்றுகின்ற புத்தன், ஏசு, நபிகள், மார்க்ஸ், லெனின், காந்தி, அம்பேத்கர் யாருமே தமிழர் அல்லவே. இன்றையச் சூழலில் ஒரே ஒரு தமிழ் தலைவர் வருவார், அவர் ஒரே ஒரு தமிழ்ப் புத்தகம் தருவார், ஒரே ஒரு தமிழ்க் கொள்கைக் கூறுகளை அருள்வார், நாம் எல்லாம் சுபிட்சத்தை நோக்கி சுகமாக நடப்போம் என்று கனவு காண்பது மடமையிலும் மடமை.

யார் தமிழர்?

இப்போது யார் தமிழர் எனும் கேள்வி எழுகிறது. ‘யார் தமிழர்’ என்பது ‘சுத்தமான தமிழ் எது’ என்பது போலவே

ஒரு பெரிய பிரச்சினை. நாங்கள் நாகர்கோவில்காரர்கள் எங்கள் தமிழ்தான் உண்மையான தமிழ் மொழி என்கிறோம். வட தமிழ்நாட்டு மக்கள் "என்னய்யா, மலையாளம் போல் பேசுகிறீர்களே" என முகம் சுளிக்கின்றனர். சென்னைவாசி பேசுவது தமிழா என்று கோவைக்காரர்கள் குமுறுகிறார்கள். இது போன்ற நிலைதான் தமிழர் யார் என்று வரையறுப்பதிலும் நிலவுகிறது. தமிழ்நாட்டில் வாழ்கிறவர் எல்லாரும் தமிழரா? தமிழ் மொழி பேசுகிறவர் அனைவரும் தமிழரா? வீட்டிலே தெலுங்கு, கன்னடம், மலையாளம் பேசினாலும் வெளியே வந்து தமிழ் பேசிவிட்டால் போதுமா என்று பல கேள்விகள் எழுகின்றன.

தன்னுடைய அடையாளம் பற்றிக் கருத்து தெரிவித்த பாகிஸ்தானிய தலைவர் அப்துல் வாலி கான் பேசும்போது, "நான் கடந்த ஐம்பது வருடங்களாகப் பாகிஸ்தானியாக இருக்கிறேன், ஐநூறு வருடங்களாக முஸ்லீமாக இருக்கிறேன், ஆனால் ஐயாயிரம் வருடங்களாக பட்டானாக இருக்கிறேன்" என்றார். அதுபோல நாமும் அறுபது வருடங்களாகத்தான் இந்தியராக இருக்கிறோம். ஆனால் ஆறாயிரம் ஆண்டுகளாகத் தமிழராக வாழ்கிறோம்.

இன சுத்தம் இன்றைய உலகில் சாத்தியமா என்பதை முதலில் நாம் புரிந்து கொள்ள வேண்டும். நாகரீகத்தோடு இன்னும் தொடர்பு ஏற்படுத்திக்கொள்ளாத பழங்குடிகளில் மட்டும்தான் இன சுத்தமான மக்களைப் பார்க்க முடியும். நமது தமிழ்க்குடி வந்தவன், போனவன், தங்கியவன், தயங்கி நின்றவன், கடந்து சென்றவன் எல்லாம் ஏறி மேய்ந்து கலப்படமாகிவிட்ட ஒரு சமூகமல்ல என்பது உண்மை. அமெரிக்காவிலே, ஆஸ்திரேலியாவிலே சிலர் சொல்வது போல நான் 50 சதவீதம் ஐரிஷ், 30 சதவீதம் ஜெர்மன், 20 சதவீதம் பூர்வீகக்குடி என்றெல்லாம் நாம் சொல்வதில்லை, சொல்லத் தேவையும் இல்லை. அதே நேரம் நாமெல்லாருமே 100 சதவீதம் சுத்தமான, கலப்பே இல்லாத அக்மார்க் தமிழர்கள் என்பதற்கும் உத்தரவாதம் கிடையாது. யார் யாரோ இங்கே வந்து நம்மை ஆண்டிருக்கிறார்கள். எவரெவர் வாழ்க்கையில் என்னென்ன நடந்தது என்பது யாருக்கும் தெரியாது.

இன சுத்தம் பார்க்கும்போது மாற்று மொழி பேசுகிறவர்; கிறித்தவர், இஸ்லாமியர் போன்ற சிறுபான்மை மதத்தவர்; வேறு இடங்களிலிருந்து குடிபெயர்ந்து வந்தவர்கள் என எல்லாரும் தள்ளப்பட்டால் வேறு யார்தான் எஞ்சி இருப்பார்கள்? இந்த இன சுத்த சித்தாந்தம் எவ்வளவு

ஆபத்தானது, என்னென்ன தீங்குகளை ஏற்படுத்தி இருக்கிறது என்பதைப் பல நாட்டு வரலாறுகளில் நாம் பார்க்கிறோம். அப்படியானால் தமிழகத்தை வேற்று இனத்தவர்களுக்குத் திறந்து விட்டுவிட்டு வேடிக்கைப் பார்க்க வேண்டுமா? இல்லை. இன சுத்த சித்தாந்தத்திற்குள் சிக்கிக்கொள்ளாமல் இந்தப் பிரச்சினைக்குத் தீர்வு காண வேண்டும்.

நமது அடையாளத்தை எப்படி அமைத்துக்கொள்வது என்பது மிக முக்கியம். மலையாளிகள், சிங்களர் மீதான வெறுப்பின் மீது, கோபத்தின் மீது கட்டமைப்பதா? அல்லது நமது பண்டைய புராணங்களின் மீது, வரலாற்றுப் பெருமை களின் மீது, கலாச்சார குணநலன்களின் மீது ஏற்படுத்திக் கொள்வதா? அல்லது இன்றைய யதார்த்தம், நாளைய தேவைகளைக் கருத்திற்கொண்டு வடிவமைத்துக்கொள்வதா? இன அடையாளம் ஒரு வளையாத விறைப்பான பாசிசக் கொள்கையாக இருக்க வேண்டுமா அல்லது மென்மையான குழுக் குறியீடாகத் திகழ வேண்டுமா?

தமிழர் என்பவர் யார்? தன்னைத் தமிழ் மகனாக/மகளாக, தமிழ் கூறும் நல்லுலகின் அங்கமாக உணர்வுபூர்வமாகப் பார்க்கிற, தனது தமிழ் இனத்தின் சிறப்புக்கு, உயர்வுக்கு, விடுதலைக்குத் தன்னால் இயன்ற வழிகளில் எல்லாம் உழைக்க முன்வருகிறவரே தமிழர் எனக் கொள்ளலாம் என்பது என் எண்ணம். இருநூறு ஆண்டுகளுக்கு முன்னர் தென்னாப்பிரிக்கா, சிங்கப்பூர், மலேசியா, மொரீஷியஸ் நாடுகளில் ஆங்கிலேயரால் குடியமர்த்தப்பட்ட தமிழர்களின் இன்றையத் தலைமுறையினர் தமிழில் பேசவோ, எழுதவோ முடியாதிருப்பினும், தங்களைத் தமிழர்களாகவே உணர்கின்றனர். அவர்களில் பெரும்பாலானோர் வீடுகளில்கூட அந்தந்த நாட்டு மொழிதான் பேசுகிறார்கள். அதனால் அவர்களைத் தமிழரல்லர் என்று ஒதுக்கிவிட முடியாது. இது தமிழ் பேச, படிக்கத் தெரியாத மூன்றாம் தலைமுறை புலம்பெயர் ஈழத் தமிழர்களுக்கும் பொருந்தும்.

எது தமிழ்த் தேசியம்?

இன சுத்தம் இயலாத ஒன்றாகிப் போகும்போது தமிழகத்தைச் சுற்றி இஸ்ரேல் பாணியில் சுவர் கட்ட முடியாத, கட்டக்கூடாத நிலையில், அரசியல் பூதக்கண்ணாடியை எடுத்துக்கொண்டு அரிய வகைத் தமிழனைத் தேடுவதற்குப் பதிலாக நமது பாரம்பரிய வரையறைக்குத்தான் போகவேண்டியிருக்கிறது: "யாதும் ஊரே, யாவரும் கேளிர்!" தமிழ் மண்ணை, தமிழ் வளங்களை, தமிழ் அடையாளத்தை உலகமயமாக்குவதற்குப்

பதிலாக, உலகை, உலக வளங்களைத் தமிழ்மயமாக்குவதற்கு முயல்வோம். அதுதான் தமிழ்த் தேசியம். தமிழ் வித்தில் முளைத்தெழுந்து, தமிழ் மண்ணில் வேரூன்றி, தமிழ் மொழியின் சாறெடுத்து, தமிழ் அடையாளத்தை சுவாசித்து வளர்ந்து, தரணியெல்லாம் பரந்து விரிந்து, தன் தண்டமிழ் நிழலில் ஒதுங்குவோர்க்குக் காய்கனியும் மாமருந்தும் குளிர்ச்சியும் வளர்ச்சியும் தருகின்ற கற்பகத்தருவே தமிழ்த் தேசியம்.

ஒரு குறிப்பிட்ட தமிழ்த் தேசிய அமைப்போ, குழுவோ, தலைவரோ தேர்ந்து வழங்குவதல்ல தமிழ்த் தேசிய அடையாளம். தனிப்பட்ட மனிதரைச் சுயமாக தேர்ந்தெடுத்துக்கொள்ள அனுமதிப்பதுதான் தமிழ்த் தேசியம். தமிழ்த் தேசியம் மேலிருந்துக் கீழே திணிக்கப்படுவதல்ல. கீழிருந்து மேலாகப் பரந்து விரிவது. மதவெறி, இனவெறி, சாதீயம், ஆணாதிக்கம், வயதானோரதிகாரம், வகுப்புவாதம், வல்லாதிக்கம், வன்கொடுமை, வன்முறை ஏதுமற்ற சமாதானகரமான சமத்துவ சமுதாயத்தை நிர்மாணிக்க முயல்கிற சித்தாந்தம். தமிழ்த் தேசியம் என்பது எது, யார் உண்மையான தமிழ் தேசியவாதி என்பதல்ல பிரச்சினை. தமிழ்த் தேசியம் பேசுகிறவர்களாகிய நாம் எதை அடைய விரும்புகிறோம்? அதுதான் மிக முக்கியம்.

பெரியாரையும் திராவிட இயக்கங்களையும் திட்டுவதல்ல தமிழ்த் தேசியம். முக்கியத் திராவிடக் கட்சிகளான தி.மு.க., அ.தி.மு.க.வின் கதை முடிந்துகொண்டிருக்கிறது. ஈழத் தமிழர் இனப்படுகொலை செய்யப்படும்போது ராஜினாமா கூத்து, உண்ணாவிரத நாடகம் நடத்தியவர் இன்று டெசோ மாநாடு நடத்தி அரசியல் வாழ்வைப் புதுப்பித்துக்கொள்ளப் புலம்பித் திரிகிறார். இதுகாறும் பாராமுகமாய் சும்மா இருந்த அம்மா தமிழ்த் தேசிய அலை தமிழகத்தில் வீசுவதைப் புரிந்துகொண்டு, பரபரப்பான மூவர் தூக்கு, கச்சத் தீவு, மீனவர் கொலை, சிங்களருக்கு இராணுவப் பயிற்சி போன்ற பிரச்சினைகளைக் கையிலெடுத்துக்கொண்டு கபட நாடகம் ஆடுகிறார். தமிழ் மக்கள் தெளிவாகப் புரிந்துகொண்டுதான் இருக்கிறார்கள். செத்துக்கொண்டிருக்கும் திராவிட அரசியலை தூக்கிக் கொண்டுபோய் புதைத்து விட்டு, இனித் தமிழகத்தைத் தமிழின உணர்வாளரே ஆள்வர் என உறுதி பூணுவதுதான் தமிழ்த் தேசியம்.

இவன் தெலுங்கன், இவன் கன்னடன், இவன் மலையாளி என்று நாமகரணம் சூட்டுவது தமிழ்த் தேசியமல்ல. “தமிழ் வாழ்க” என நகராட்சிக் கழிப்பறைகளில் எழுதிவைப்பதும்

தமிழ்த் தேசியமல்ல. எந்தக் கட்சி ஆட்சிக்கு வருவது, யாரை முதல்வராக்குவது என நமக்குள் அடித்துக்கொள்வதுமல்ல தமிழ்த் தேசியம். தமிழீழப் பிரச்சினை பற்றிப் பகட்டாகப் பேசுவதும், தலைவர் பிரபாகரன் புகழ் பாடுவதும் தமிழ்த் தேசியமல்ல. அப்படியானால் எதுதான் தமிழ்த் தேசியம்?

தனியொரு தமிழனுக்கு உணவில்லை எனில், ஒட்டுமொத்த தமிழினமும் கேவலப்படுவதுதான், கேள்வி கேட்பதுதான், அதை மாற்றி அமைப்பதுதான் தமிழ்த் தேசியம். பிரிட்டிஷ்காரன் தேயிலைத் தோட்டத்தில் அடிமை வேலைக்காக அழைத்துச் செல்லப்பட்ட கூலிக்காரனாக இல்லை இன்றையத் தமிழன் என நமது கூலி அடையாளத்தைத் தூக்கி எறிவதுதான் தமிழ்த் தேசியம். தமிழ் மக்கள் திரைகடல் ஓடி இனி திரவியம் தேடப் போக வேண்டாம், நம் தமிழ் மண்ணிலேயே தன் மனைவி மக்களுடன் நல்வாழ்வு நடத்தி, பொருளீட்டி, புகழோடு வாழ முடியும் எனச்செய்வதுதான் தமிழ்த் தேசியம்.

> "மங்கையராய் பிறப்பதற்கே நல்ல
> மாதவம் செய்திட வேண்டுமம்மா."

என்ற கவிமணியின் கூற்றை நிலை நிறுத்துவது போல் பெண் விடுதலை, விதவை மறுமணம், அம்மா என்றழைத்து தெய்வ மாக்காமல் அருமை நண்பராகவும் பெண்ணைப் பார்க்கலாம் எனும் கலாச்சார மாற்றத்தைக் கொண்டுவருவதுதான் தமிழ்த் தேசியம். திரைப்படம், தொலைக்காட்சி, சினிமா நடிகர், நடிகைகளிடமிருந்து தமிழ்க் கலாச்சாரத்தை மீட்டெடுத்து இயல், இசை, நாடகம் எனும் பாரம்பரிய தளங்களுக்குக் கொண்டு போவதுதான் தமிழ்த் தேசியம். உணர்ச்சி வயப்படுவதும், ஓடிப்போய் உயிரை விடுவதுமான 'எடுத்தேன், கவிழ்த்தேன்' நடவடிக்கைகளைக் கைவிட்டு, "எண்ணித் துணிக கருமம்" என நம் மக்களை மாற்றி செயல்படவைப்பதுதான் தமிழ்த் தேசியம். அன்பு, வீரம், கொல்லாமை, நல்லாறு எனும் பல்வேறு மாதிரி தமிழ்க் கோட்பாடுகளை உலகுக்கு எடுத்துச் சொல்லி அவற்றை வளர்த்தெடுப்பதுதான் தமிழ்த் தேசியம். "பார்ப்பானை அய்யர் என்ற காலமும் போச்சே, வெள்ளைப் பரங்கியை துரை என்ற காலமும் போச்சே" என்று உரக்கப் பாடி சாதி, மத குழுக்களால் யாரும் யாரையும் அடக்கமுடியாதபடி, அதட்டமுடியாதபடி புதிய சமுதாயம் ஒன்றைக் கட்டுவதுதான் தமிழ்த் தேசியம். தலைமுறை தலைமுறையாய் அடக்கப்பட்டுக் கிடக்கும் பெண்கள், தலித் மக்கள், ஆதிவாசிகள், மலைவாழ் மக்கள், மீனவர்கள், சிறுபான்மையினர் என அனைத்துத் தரப்பினரும் தமிழராய்

தலைநிமிர்ந்து வாழ வழி செய்வதுதான் தமிழ்த் தேசியம். ஈழத்தில் வதைபடும் நம் தொப்புள்கொடி உறவுகளுக்கும், உலகெங்குமுள்ள தமிழருக்கும் தோள்கொடுத்து துணை நிற்பதுதான் தமிழ்த் தேசியம்.

வரவறிந்து, திட்டமிட்டுச் செலவு செய்து, மக்களுக்கு இலவசம் கொடுக்காமல் வாய்ப்புக்களை உருவாக்கிக் கொடுத்து, தொழில் வளம் பெருக்கி, விவசாயம் காத்து, வாழ்வாதாரங்கள் போற்றி, எதிர்கால சந்ததிகளுக்கு எம் மண்ணை, நீரை, காற்றை, கடலை, மலைகளை, காடுகளை, மரம் மட்டைகளைக் காப்பாற்றி விட்டுச் செல்வதுதான் தமிழ்த் தேசியம். விஞ்ஞானம், வளர்ச்சி என்ற பெயரில் கூடங்குளம், கல்பாக்கம், நியுட்ரினோ, சிர்கோனியம் போன்ற ஆபத்தான திட்டங்களைத் திணிப்பதை எதிர்ப்பதுதான் தமிழ்த் தேசியம். நதிநீர் பங்கீடு, தன்னிறைவுத் திட்டங்களில், இந்தியத் தேசியத்தின் எல்லா நடவடிக்கைகளிலும் தமிழருக்கு நீதி கிடைக்க, தமிழரின் உரிமை காக்கப் போராடுவதுதான் தமிழ்த் தேசியம். “எட்டுத் திக்கும் செல்வோம், கலைச் செல்வங்கள் யாவும் கொணர்ந்திங்கு சேர்ப்போம்” என்ற நிலையில் பெருந்தன்மையாக வாழ்ந்தாலும், எங்கள் மீது அந்நிய மொழியை, அரசியலை, வல்லாதிக்கத்தை, அடிமைத்தனத்தைச் சுமத்த வந்தால் எதிர்த்து நின்று, போராடி, விரட்டியடிப்போம் என்று வீறுகொள்வதுதான் தமிழ்த் தேசியம்.

பச்சைத் தமிழ்த் தேசியம்

இன்றையப் பன்னாட்டுச் சூழலில், இந்திய அரசியலில் நமக்குத் தேவைப்படுவது பச்சைத் தமிழ்த் தேசியம். இந்தச் சொற்றொடர் இரண்டு அர்த்தங்களைத் தருகிறது. ஒன்று, அப்பழுக்கற்ற, கலப்படமற்ற, சமரசமற்ற, உண்மையான தமிழ்த் தேசியம் ‹ன்பதைக் குறிக்கிறது. இன்னொன்று ‘தமிழ்’ தேசியம், ‘தமிழர்’ தேசியம் போன்ற கொள்கைகளையும் இணைத்து கூடவே பசுமை உணர்வுகளை, விழுமியங்களை, கொள்கைகளைத் திட்டங்களை உள்ளடக்கியது என்றும் அர்த்தமாகிறது.

இன்றைய தமிழகத்தினுடைய தேவை தமிழ்ச் சூழல் தேசியம்தான். சூழல் என்பது வெறும் இயற்கை சுற்றுச்சூழலை மட்டும் குறிப்பதல்ல. சமூக, கலாச்சார, பொருளாதார, அரசியல் ஆக்கங்களும், தாக்கங்களும்கூடப் பரந்துபட்ட சூழலுக்குள் உட்படுவதால், நமது புத்தாக்கக் கொள்கையும் அகலமானதாய் ஆழமானதாய் இருத்தல் அவசியம்.

பசுமைக் கொள்கை என்பது வெறும் அரசியல் கொள்கையோ பொருளாதாரத் திட்டம் மட்டுமோ அல்ல. அது ஓர் ஒருங்கிணைந்த வாழ்க்கை முறை. இயற்கையைப் பேணுதல், சனநாயகம் காத்தல், சமூக நீதி – சமத்துவத்துக்காய் உழைத்தல், வன்முறை தவிர்த்தல், பகிர்ந்தாளுதல், உள்ளூர் பொருளாதாரம் பேணல், பெண் விடுதலை கோரல், சமூகப் பன்மை போற்றல், பொறுப்போடு வாழ்தல், வருங்காலம் கருதல், நீடித்து நிலைத்து நிற்றல் என்பவையே பசுமை விழுமங்கள்.

நாம் எடுத்தாளப்போகும் பச்சைத் தமிழ்த் தேசியம் என்னென்ன திண்மமான நடவடிக்கைகளில் ஈடுபட வேண்டும் என ஒத்தகருத்து கொண்டோர் ஒன்றிணைந்து முடிவு செய்யலாம். ஒருசில முக்கியமான விடயங்களை மட்டும் இங்கே குறிப்பிட விரும்புகிறேன்: தமிழகம் தண்ணீர் தன்னிறைவு பெறுவது, நிலத் தரகர்களிடமிருந்து விளை நிலங்களைக் காப்பது, மானாவாரிப் பயிர்களைத் திட்டமிட்டுப் பயிரிட்டுப் பரந்து கிடக்கும் தமிழ் மண்ணை அறிவுபூர்வமாக பயன்படுத்துவது, உணவுப் பாதுகாப்பை உறுதி செய்துகொள்வது, தமிழ்க் கடலை கடலுணவைக் காப்பது, நம் இயற்கை வளங்களைக் காக்கும் நீடித்த நிலைத்த வளர்ச்சி சித்தாந்தத்தைப் பேணுவது, தமிழினத்தை அச்சுறுத்தும் அணுஉலை மற்றும் மாசுபடுத்தும் பிற உலைகளைத் தடுப்பது, அணு ஆயுதங்களை விரட்டுவது, மென்முறையைப் போற்றி வளர்ப்பது, மது அரக்கனை அழிப்பது, தீண்டாமையை ஒழிப்பது இன்ன பிற.

> “செந்தமிழ் நாடெனும் போதினிலே – ஒரு
> தேள் வந்து கொட்டுது காதினிலே – எங்கள்
> மந்திரிமார் என்ற பேச்சினிலே – கடல்
> மண்ணும் சிரிக்குது பீச்சினிலே”

எனக் கவிஞர் கண்ணதாசன் வருணிக்கும் இன்றையத் தமிழகத்தை மாற்றியமைத்து,

> “செந்தமிழ் நாடெனும் போதினிலே – இன்பத்
> தேன் வந்து பாயுது காதினிலே – எங்கள்
> தந்தையர் நாடென்ற பேச்சினிலே – ஒரு
> சக்தி பிறக்குது மூச்சினிலே”

என மகாகவி பாரதியார் கனவில் மிளிரும் தமிழகமாக மாற்றியமைப்பதுதான் பச்சைத் தமிழ்த் தேசியம்.

பைந்தமிழரின் ஐந்து போதைகள்

எழுத்து, சொல், பொருள், யாப்பு, அணி எனும் பைந்தமிழ் பாக்கியம் கொண்ட நாம் – பைந்தமிழர் – அடிமைப்பட்டுக் கிடக்கிறோம் என்று எல்லாரும் எப்போதும் அங்கலாய்க்கிறோம். ஆனால் இதுதான் பிரச்சினை என்று சுட்டிப் பேசுவதோ, அதைத் தட்டிக்கேட்டு விவாதிக்க முனைவதோ, அதை மாற்றியமைக்கும் வகையில் சிந்திப்பதோ செயல்படுவதோ அரிது. டீக்கடை விவாதம் போல மேலோட்டமாகப் பேசுகிறோம்; பின்னர் அப்படியே விட்டுவிடுகிறோம். நம் வீட்டைச் சுத்தம் செய்யும் வேலையை வேறு யாராவது வந்து செய்வார்கள் என்று வாளாவிருக்கிறோம்.

“ஒய்யாரக் கொண்டையாம், தாழம்பூவாம், உள்ளே இருக்குமாம் ஈறும் பேனும்” என்பதுதான் உலகின் அனைத்து பண்பாடுகளின் கதையும். முழுமை பெற்ற, முரண்களில்லாத, மாசு மருவற்ற பண்பாடு எங்கேயும் இல்லை. ஆனால் அடிப்படையே குலைந்து கிடக்கும், அஸ்திவாரமே சிதைந்து கிடக்கும் நமது பண்பாட்டை எப்படியாவது மீட்டெடுக்க வேண்டுமே? “கஞ்சி குடிப்பதற்கிலார்” பற்றி நாம் அறிவோம்; “அதன் காரணங்கள் இவையெனும் அறிவுமிலாராய்” அறியாமையில் கிடக்கிறார்களே நம்மில் பலர்; அதுதான் பெரிய கொடுமை.

தமிழினத்தின் மிக முக்கியப் பிரச்சினைகளில் ஒரு சிலவற்றைத் தேர்ந்து விவாதிப்போம். என்னைப் பொறுத்த வரை, நாம் ஒருசில மோசமான போதைகளில் உழன்று கொண்டிருக்கிறோம் என உறுதியாய் நினைக்கிறேன். குறைகள் வேறு, போதைகள் வேறு. குறைகள் ஒருவேளை குறை பெற்றிருப்பவரால் என்றைக்காவது, எப்போதாவது, எங்கேயாவது உணரப்படலாம். அல்லது பிறரால் கண்டுணர்ந்து உரைக்கப்படலாம். அந்தக் குறைகள் சுயபுத்தி அல்லது சொல்புத்தியால் நிவர்த்தி செய்யப்படலாம். ஆனால் போதைகள் நம்மை சுயமாக சிந்திக்க, சீர்தூக்க, செயல்பட விடுவதில்லை; பிறர் சொல்லும் போதனைகளைச் செவிமடுக்க விடுவதில்லை. குறை என்பது தெளிவான நிலையில் ஒருவர் பெற்றிருக்கும் பித்தம். ஆனால் போதை என்பது மயக்க நிலையில் ஒருவர் பெற்றிருக்கும் பேதைமை. முன்னது நோய் போன்றது; மருந்து கொடுத்தால் தெளிவு பிறக்கலாம். பின்னது பேய் போன்றது; என்ன, ஏது என எதுவும் தெரிய முடியாத கலக்க நிலை. நமது தமிழினம் முக்கியமான ஐந்து போதைகளில் உழன்று கொண்டிருக்கிறது என நினைக்கிறேன்.

வெறும் ஐந்து போதைகள்தான் உள்ளனவா எனக் கேட்கலாம். ஒவ்வொருவரின் பின்னணி, பார்வை, விருப்பு, வெறுப்புகளின் அடிப்படையில் இது அமையும். எனது உள்ளுணர்வு, மெய்ப்பொருள் காணும் திறன் அடிப்படையில், இந்தப் பட்டியலைத் தயாரித்திருக்கிறேன். இதுதான் இறுதி யானதோ அல்லது உறுதியானதோ அல்ல.

1. சாதி/மத வெறி

தமிழினத்தின் மிகப் பெரும் போதை மதமும் அதனோடு பிறந்த இரட்டைக் குழந்தையான சாதியும்தான். வேலியே பயிரை மேய்வது போல் காக்க வந்த கடவுளே மக்களைக் கட்டிப் போட்டிருப்பது மிகப் பெரிய கொடுமை. வெறும் உடலும் உள்ளமும் மட்டுமல்ல மனிதன்; உயிர் என்றும் ஒன்று இருக்கிறது. எங்கிருந்து வருகிறது, எங்கே போகிறது என்று எதுவும் அறியப்படாத ஒரு பெரும் புதிர் அது. ஆத்மா, ஆன்மா, ஆருயிர் என்றெல்லாம் அழைக்கப்படுகிற அதனை எப்படிக் கையாள்வது என்பது மனித குலம் எதிர்நோக்கும் அடிப்படைப் பிரச்சினைகளுள் ஒன்று. இந்த ஆத்மனை குழப்பமான, சிக்கல்கள் நிறைந்த வாழ்வில் நங்கூரம் பாய்ச்சி நிலை நிறுத்துவது எப்படி என்பது மாபெரும் கேள்வி. நமது சமநிலையை எப்படிப் பேணி பாதுகாத்துக்கொள்வது என்பதாகவே பலர் இந்தப் பிரச்சினையை அணுகுகிறோம்.

வெறும் பொருள் மட்டுமின்றி அருள் என்றும் ஒன்று இருப்பதை ஒத்துக்கொள்கிறவர்கள், வாழ்வின் அர்த்தம் என்ன என்று சிந்திக்கிறவர்கள், அளவிட முடியாத பிரபஞ்சத்தை அறிய விரும்புகிறவர்கள் எனப் பலரும் கடவுளை, ஆன்மீகத்தை நாடுகின்றனர்.

தெரியாத ஒன்றை, புரியாத ஒன்றை, பயப்படுகிற ஒன்றைக் கையாள்வதற்கு மதம் முகிழ்த்தது. இன்ன மதம் என்று பெயர் வைத்து, புனித நூல் என ஒன்றை எழுதிக் கையில் கொடுத்து, ஒரு புனிதரை இறைத்தூதன் எனச் சுட்டிக்காட்டி, இவற்றைச் சுற்றி ஒரு மாபெரும் நிறுவனத்தைக் கட்டியெழுப்பி, ஒரு சில மூடப் பழக்க வழக்கங்களை இவற்றில் விரவி, சாவி கொடுத்த பொம்மைகளாய் நம்மை இயங்க வைத்து விடுகின்றனர் மதவாதிகள். இந்த மதச் சடங்கு, சம்பிரதாயங்களுக்குள் மாட்டிய பிறகு, மூளையை அடகு வைத்த பிறகு, முதுகெலும்பை இழந்துவிட்ட பிறகு, கண்டவனெல்லாம் நம் தோள் மீது ஏறி "சுபிட்சத்துக்கு அழைத்துச் செல்கிறேன், நான் சொல்வது போலச் செய்" என்று நெறிப்படுத்தும்போது நாம் மதத்துக்கு அடிமையாகிறோம்.

ஒரு சிலர் தம் குழந்தைகளுக்கு ஒழுக்கம், நல்லாறு பற்றிக் கற்பிப்பதற்கு மதம் வேண்டும் என வாதிடுகின்றனர். அதுபோல வள்ளுவர் சொல்கிறார்:

> தனக்குவமை இல்லாதான் தாள்சேர்ந்தார்க் கல்லால்
> மனக்கவலை மாற்றல் அரிது.

அதாவது தனக்கு ஒப்புமை இல்லாத தலைவனுடைய திருவடிகளைப் பொருந்தி நினைக்கின்றவர் அல்லாமல் மற்றவர்க்கு மனக்கவலையை மாற்ற முடியாது என மு.வ. பொருள் சொல்கிறார். தனக்குவமை இல்லாதவன் தாள் சேர்வது என்பது ஏதாவது ஒரு மதத்தில் இணைவது என்றாகி விடுகிறது. இப்படி பல காரணங்களுக்காக மேம்போக்காகச் சிந்திக்கிறவர்கள், குழம்பிப்போகிறவர்கள் மதம் எனும் நிறுவனங்கள் கையில் சிக்கிக்கொள்கின்றனர். ஆசாமிகளிடமும் ஆதீனங்களிடமும் மாட்டிக் கொள்கின்றனர் நம்மில் சிலர். நம் மீதான ஆளுமையை அடுத்தவனிடம் கொடுத்துவிட்டுக் குனிந்திருப்பவர்களைப் பார்க்கவே வேதனையாக இருக்கிறது. சில சந்தர்ப்பங்களில் சக மனிதனைக் கொல்லுகிற அளவுக்கு வெறிகொள்ள வைக்கிறது மதம்.

இந்தப் போதைக்குள் சிக்கிய பிறகு, சாதி போதையும் சாதாரணமாகவே தோன்றுகிறது. மதத்தைக்கூடச் சிலர் மாற்று வதற்குத் தயாராயிருக்கிறார்கள்; ஆனால் சாதி அடையாளம்

மிகமிக முக்கியமானதாய் இருக்கிறது. பல இடங்களில் பல நேரங்களில் மதக் கலவரமாகத் தொடங்கும் பிரச்சினை இறுதியில் சாதிக் கலவரமாக முடிகிறது. தெற்காசியாவைப் பொறுத்தவரை இந்தச் சாதி அடையாளம்தான் அடிப்படை அடையாளமாக இன்றளவும் இருக்கிறது. சாதிக்கெதிராகப் போர்க்கொடி தூக்கி முகிழ்த்த இயக்கங்களுக்குள்ளேகூட சாதி புகுந்து சதிராட்டம் போடுகிறது. இந்தியாவைப் போன்றே அண்டை நாடுகளிலும், பாகிஸ்தான், வங்காள தேசத்தில்கூட, சாதியின் தாக்கம் அதிகமாக இருக்கிறது. மதம் போன்றே எந்தவித அறிவியல் அடிப்படையும் இல்லாததுதான் சாதியும். இரண்டையுமே பிறப்புதான் தீர்மானிக்கிறது; பெற்றோர், உற்றோர்தான் பெரிதாக்கி விடுகின்றனர் நம் மனதில். மதத்தையாவது நம்மால் மாற்றிக்கொள்ள முடியும், ஆனால் சாதியை மாற்றவே முடியாது.

தமிழகத்தில் மாநில அரசால் அங்கீகரிக்கப்பட்ட பிற்படுத்தப்பட்ட சாதிகளே 252 இருக்கின்றன. உயர்ந்த, தாழ்ந்த சாதிகள் பட்டியல் இன்னும் நீளமானது. வேதம், குலம், கோத்திரம் என்று என்னென்னவோ உட்பிரிவுகள், கிளைகள், பிரச்சினைகள் இதில் இருக்கின்றன. பாழாய்ப் போன சாதியின் அடிப்படையில் ஊர் பஞ்சாயத்து, கட்டு, நீக்கிவைத்தல், தீண்டாமை, காணாமை, நம்பாமை போன்ற சமூக அவலங்கள் சதிராட்டம் போடுகின்றன. ஊருக்குள்ளேயே ஒவ்வொரு சாதியினரும் உயிர் வாழத் தனித்தனி இடம், இடையே குறுக்குச் சுவர்கள், “கீழ் சாதியினர்” பஞ்சாயத்துத் தலைவராக வரக்கூடாது என்று விதி, அடக்கப்பட்ட சமுதாயத்தவர் கோவில்களுக்குள் போகக்கூடாது, வீட்டில் மாடி கட்டக் கூடாது, ஆண் நாய் வளர்க்கக் கூடாது என்றெல்லாம் அசிங்க மான நிபந்தனைகள், கட்டுப்பாடுகள். இப்படியெல்லாம் நம்முள் பலவந்தமாக ஊட்டப்பட்ட, நம் மீது திணிக்கப்பட்ட சாதி, மத அடையாளங்கள் நம்மை அடிமைப்படுத்தி, அலைக் கழிப்பது தமிழ் இனத்தின் மிகப் பெரிய போதை.

2. மது/மாது போதை

தமிழினத்தைப் பிடித்தாட்டுகிற அடுத்த பெரிய போதை மது. தமிழினத் தலைவர் தமிழருக்கு செய்த மிகப் பெரிய “தொண்டு” இதுதான். அதன் பிறகு வந்த ஆட்சியாளர்கள் இதை இன்னும் சட்டபூர்வமானதாக, இலாபகரமான வியாபாரமாக, அங்கீகரிக்கப்பட்ட அவலமாக மாற்றி, இன்றைக்கு அரசே இந்த மது போதை வருமானத்தால்தான் நடக்கிறது எனும் நிலைக்குக் கொண்டுவந்து விட்டிருக்கிறார்கள். 1983–

84இல் சுமார் 140 கோடிக்கு நடந்த மது வியாபாரம் 2005–06இல் 7335 கோடி ரூபாய்க்கு நடந்திருக்கிறது. அதாவது 52 மடங்கு மது வியாபாரம் அதிகரித்தது. 2010–11இல் 14,965 கோடி வருமானம் தந்த மது அரக்கன் 2011–12இல் 18,000 கோடிக்கும் அதிகமாக தந்திருக்கிறான். டாஸ்மாக் வளர்ச்சி சொல்லும் கதையைத் தமிழ்க்குடி மக்கள் வேட்டியின்றி வீதிகளில் விழுந்து கிடப்பதைப் பார்த்துப் புரிந்துகொள்ளலாம்.

அரசியல் தலைவர்கள், அரசு அதிகாரிகள், காவல் துறையினர், கலைத் துறையினர், உழைக்கும் வர்க்கம், பள்ளி கல்லூரி மாணவர்கள் என அனைத்துத் தரப்பினரும் இந்த போதைக்கு அடிமையாகிக் கிடக்கின்றனர். எத்தனையோ குடும்பங்கள் நலிவடைந்து நாசமாகிக்கொண்டிருக்கின்றன. வாகன ஓட்டுனர்கள் மது அருந்திவிட்டு ஓட்டுவதால், பல சாலை விபத்துக்கள் நடக்கின்றன, ஏராளமானோர் இறக்கின்றனர். வாழ்வாங்கு வாழ வேண்டிய பல மனித மலர்கள் முழுமை பெறாமலே கருகிப்போகின்றன. இந்த மது போதைதான் மாது, சூது, லஞ்சம், ஊழல், அநியாயம் என பல அழிவுகளுக்கு, அசிங்கங்களுக்கு அடிப்படையாகியிருக்கிறது.

முன்பெல்லாம் திருமணம் பேசும்போது பையன் குடிப்பானா என்று பயத்தோடு விசாரிப்பார்கள்; இப்போது பையன் ரொம்ப குடிப்பானா என்று பேச்சுக்குக் கேட்கிறோம். பல இடங்களில் குடிக்கவில்லையென்றால் இவன் எல்லாம் ஓர் ஆண்தானா என்றே சந்தேகிக்கின்றனர். தமிழ்ச் சமூகத்தின் நேர் பாதி (பெரும்பாலும் ஆண்கள், கொஞ்சம் பெண்கள்) மது போதைக்கு அடிமையாகிக் கிடக்கின்றனர். குடும்ப வருமானம், முன்னேற்றம், குழந்தைகள் கல்வி, சத்துணவு, உடல் நலம், சமூக மரியாதை, ஒழுக்கம், உயர்வு என அனைத்தையும் இழக்கவைக்கிறது இந்தப் போதை.

மது வந்தால் மற்றவையும் உள்ளே வந்து விடுகின்றன. மது – மாது தொடர்பு மிகவும் நெருக்கமான ஒன்று. முன்னெப்போதையும்விடக் "கள்ள உறவு" எனும் பிரச்சினை தமிழ்ச் சமுதாயத்தை வாட்டுவதற்குக் காரணம் மது போதைதான். குடும்பத் தலைவன் மதுவுக்கு அடிமையாகி மாண்பினை இழக்கும்போது மனைவி அவனை வெறுக்கிறாள். அவன் அருகே வருவதையே தவிர்க்கிறாள். அவனுக்கோ மது மனைவியாகி விடுகிறது. மொத்தத்தில் இல்லறம் கெடுகிறது. குழந்தைகள் நொடிந்து விடுகிறார்கள். "ஒற்றைக் குடும்பம்" உடைக்கப்பட்ட தேங்காய் போல் சிதறிப்போகிறது. ஒவ்வொருவரும் வேறுவேறு இடங்களில் தமது மன நிம்மதியை,

மகிழ்வைத் தேடிப் போகின்றனர். கள்ள உறவு, காதல் லீலை, கொலை செய்தல், பாய்/கேர்ல் பிஃரண்டு, ஓடிப் போதல், வண்புணர்ச்சி, கருச்சிதைவு செய்தல், தன்மானம் இழத்தல், தற்கொலை புரிதல் என குடும்பம் அழிகிறது. நாளிதழ்களில் வரும் கொடுமையான செய்திகளை ஊன்றிப் படித்தால், இவற்றின் பின்னணியில் மது/மாது போதை இருப்பது தெளிவாகத் தெரியும்.

3. சினிமா/சின்னத்திரைப் பைத்தியம்

தமிழினத்தைப் பிடித்தாட்டுகிற அடுத்த பெரிய போதை திரைப் பைத்தியம். வெள்ளித் திரை, சின்னத் திரை, கணினித் திரை, கைப்பேசித் திரை நான்குமே நம் மக்களைப் பிடித்தாட்டிக்கொண்டிருக்கின்றன. பெருந்தலைவர் காமராசரின் அரசியலுக்குப் பிறகு, சினிமாவின் ஆதிக்கம் தமிழக அரசியலில் நுழைந்து, பரந்து விரிந்தது. தி.மு.க.வின் பல தலைவர்கள் அறிஞர் அண்ணா, கலைஞர் கருணாநிதி, முரசொலி மாறன், ஏ.வி.பி. ஆசைத்தம்பி, நாஞ்சில் மனோகரன், எம்.ஜி.ஆர். எனப் பலர் வெள்ளித் திரைப் பின்னணி கொண்டவர்கள். இவர்கள் திரைக்கதை வசனம் எழுதினார்கள், இயக்கினார்கள், நடித்தார்கள், சினிமாவின் துணையோடுதான் அரசியலையே நடத்தினார்கள். எம்.ஜி.ஆர். – சிவாஜி காலம் போய்விட்டாலும், ஜெயலலிதா, விஜயகாந்த் போன்ற இன்றைய முக்கியத் தலைவர்கள்கூட சினிமா பின்னணி உள்ளவர்களாகவே இருக்கின்றனர். ரஜினி – கமல் காலம் வந்த பிறகும், இன்னும் ஏராளமானோர் நடிக்கவந்த பிறகும், தமிழக அரசியல் சினிமாக்காரர்கள் கையில்தான் சிக்கிக் கிடக்கிறது. வேறு எந்த மாநிலத்திலும் இல்லாத அளவு சினிமாக்காரர்களின் தாக்கம் இங்கே அதிகமாக இருப்பதற்குக் காரணம் நமது மக்களின் கல்வியறிவின்மை, கள்ளம் கபடமின்மை, அசல் எது போலி எது எனப் பிரித்தறிய இயலாமை, யதார்த்தத்தை எதிர்கொள்ள முடியாமை உள்ளிட்ட பல காரணங்களைச் சொல்லலாம்.

நடிகர், நடிகை நடிப்பு மோகத்தில் கிடக்கும் தமிழினம் இந்தத் துறையை வெறுமனே கேளிக்கையாகப் பார்க்காமல், மீட்சிக்காக எதிர்பார்த்து நிற்பதுதான் இந்தத் திரை போதையால் வரும் விபரீதம். திரை மயக்கம் பல கலாச்சாரங்களில் இருந்தாலும், தமிழர்கள்தான் நடிகர் – நடிகைகளை கலாச்சாரத்தின் நடுநாயகமாக ஆக்கி வைத்திருக்கிறோம். அரசியல் தலைவர்களை இவர்களிலிருந்து தேர்ந்தெடுக்கிறோம். சரியான கொள்கை இல்லாதவர்களை அரிதாரம் பூசிய

அழகு முகம் என்பதால் அப்படியே ஏற்றுக் கொள்கிறோம். தமிழக நடிகர்களைவிட அதிகமான படங்களில் நடித்திருக்கும் மலையாள நடிகர் பிரேம் நசீர், மிகவும் புகழ் பெற்ற அமிதாப் பச்சன் போன்றோர் முதல்வரும் ஆகவில்லை, பிரதமரும் ஆகவில்லை. ஆனால் இங்கோ ஒரு படத்தில் நடித்து விட்டால் அடுத்தது முதல்வர் பதவிதான் இலக்கு எனும் நிலை. இந்தச் சினிமா பைத்தியத்தால் தமிழினத்தின் சமூக, பொருளாதார, அரசியல் அவதிக்குள்ளாகி இருக்கிறது.

"இயல், இசை, நாடகம்" எனும் முத்தமிழ் இன்று "குதர்க்கப் பாலியல், குத்துப் பாட்டு, குலுக்கல் நடனம்" என்று முடக்கப்பட்டிருக்கிறது. திரைப் படங்களோடு சின்னத் திரையும் தமிழ் மக்களைப் பிடித்தாட்டிக்கொண்டிருக்கிறது. ஆபாச ஆட்டங்கள், முழு நாளும் திரைப் படங்கள் ஓடும் சானல்கள், அரைகுறை ஆடையுடன் நடிகையரின் நடனங்கள், பண்டிகை தினங்களில் நட்சத்திரப் பேட்டிகள், சிறப்பு திரைப் படங்கள் எனத் தமிழ்ப் பண்பாடு திரை விபச்சாரமாய் மாறிக் கிடக்கிறது. சில டி.வி. நிறுவனங்கள் மெகா தொடர் என்ற பெயரில் நீண்டத் தொடர்களை வழங்கி "அழுக்காறு, அவா, வெகுளி, இன்னாச்சொல்" என அனைத்தையும் தமிழ் மக்களுக்கு வாரிவாரி வழங்கிக்கொண்டிருக்கின்றன. இந்தத் தொடர்கள் சமூகத்தைப் பிரதிபலிக்கின்றனவா அல்லது சமூகம் இந்தத் தொடர்களால் நாசமாகிக்கொண்டிருக்கிறதா என்பது விவாதத்திற்குரிய கேள்வி.

ஊடக உரிமையாளர்களுக்கு அதைவிடப் பெரிய கேள்வி எதை எப்படி விற்று எவ்வளவு பணம் பண்ணலாம் என்பதுதான். தூக்கு போடுவது, கத்தியால் குத்துவது, பெட்ரோல் ஊற்றி தீ வைத்துக்கொள்வது போன்ற காட்சிகளைத் தத்ரூபமாகக் காட்டிப் பணம் பண்ணுகிறார்கள் ஒரு டிவியில். ஆனால் எந்தத் தொலைக்காட்சியும் ஒரு பள்ளியில் தீ விபத்து நடந்தால் குழந்தைகளும் ஆசிரியர்களும் எப்படி தங்களைக் காத்துக் கொள்ள வேண்டும் என ஒரு சிறப்புக் காட்சியைக் காட்டிய தாக நான் கேள்விப்பட்டதில்லை.

நடுத்தர வயதினருக்கு நெடுந்தொடரும், இளம் பருவத்தினருக்குத் திரைப்படமும் இருப்பது போல் மாணவ, மாணவியருக்குக் கணினித் திரை வாய்த்திருக்கிறது. இணைய தளங்களும், ஏடாகூடமான சங்கதிகளும், வீடியோ விளையாட்டுக்களும் இந்த இளைஞர் கூட்டத்தை கட்டிப் போட்டிருக்கின்றன. இவற்றிலிருந்து ஒரு வேளை தப்பித்தாலும் கூடக் கைப்பேசி திரையிலிருந்து தப்ப முடியாத நிலையில்தான்

நமது சமூகம் இன்று தத்தளித்துக்கொண்டிருக்கிறது. இதிலும் விளையாட்டுக்கள் முதல் விபரீதங்கள் வரை மலிந்து கிடக்கின்றன. அறிமுகம் இல்லாதவர்களோடு அரட்டை அடிப்பது, தனிப்பட்ட விடயங்களைத் தரணிக்குச் சொல்வது, விபரீதங்களுக்குள் விழுந்து குமைவது, குழம்புவது என மக்கள் வாழ்க்கை மோசமாகிக்கொண்டிருக்கிறது. சினிமா/சின்னத்திரை பைத்தியம் நம்மைச் சீரழித்துக் கொண்டிருக்கிறது.

4. அரசியல்/காசியல் கிறுக்கு

மேற்கண்ட மூன்று போதைகளைப் போலவே அரசியல்/ காசியல் போதையும் தலை விரித்தாடுகிறது தமிழகத்தில். ஒரு கட்சியில் சேர்ந்துவிட்டால் அதன் தலைவரைத் தெய்வமாய் வணங்குவதும், அவர் சொல்லை வேத வாக்காகக் கொள்வதும், அவருக்காக தன் உயிரை மாய்த்துக்கொள்ள அணியமாய் இருப்பதும் போதையா சாபக்கேடா என்று புரியவில்லை. தனிமனித துதி உலகிலேயே உச்ச நிலையில் இருக்கும் சமூகங்களில் ஒன்று நம்முடையது என்பது உறுதி.

தமிழகத்தில் உள்ள பல கட்சிகளுக்குக் கொள்கைகளும் கிடையாது, கோட்பாடுகளும் கிடையாது. நீங்கள் எதிர்கொள்ளும் ஒரு கட்சிக்காரரிடம் உங்கள் கட்சியின் அடிப்படைக் கொள்கைகளில் எவையாவது ஐந்தினைக் குறிப்பிடுங்கள் என்று கேட்டுப்பாருங்கள். உங்கள் கட்சியின் பொருளாதாரக் கொள்கை என்ன என்று கேள்வி கேளுங்கள். இடதுசாரி முதல் வலதுசாரி வரையான கட்சி/கொள்கைகளின் வரிசை யில் உங்கள் கட்சி எங்கே நிற்கிறது என்று வினவுங்கள். பெரும்பாலானவர்களுக்கு எதுவும் தெரியாது.

“இயன்றதைச் செய்வோம் இல்லாதவர்க்கே” என்பது தமிழகத்தில் உள்ள எதிர்கட்சியின் முக்கியக் கொள்கை. இதன் அர்த்தம் என்ன என்று அவர்களுக்கும் தெரியாது, நமக்கும் புரியவில்லை. இது பொதுவுடைமை சித்தாந்தமா? இல்லை! முற்போக்குக் கொள்கையா? இல்லை! ஏழைகளுக்கு எந்த உதவியும் செய்யக்கூடாது எனும் வலதுசாரி முரட்டுவாதமா? இல்லை! என்ன கொள்கை இது? இது ஒரு கொள்கையே அல்ல என்பதுதான் உண்மை. இது ஒரு வெற்று முழக்கம். இதற்கு அரசியல் அர்த்தமும் கிடையாது, எந்த சித்தாந்த அடிப்படையும் கிடையாது. கேட்கிறவர்களை ஏமாற்றும் நோக்கத்தைத் தவிர இதற்கு வேறு எந்த அர்த்தமும் கிடையாது.

தமிழகத்தின் பல கட்சிகள் எந்தப் பிரச்சினைகளையும் அலசுவதுமில்லை, ஆராய்வதுமில்லை. உலக நடப்புகளைப் பற்றி ஒரு வரி தெரியாது. பல கட்சித் தலைவர்கள் படிப்பதும் இல்லை, எதையும் தெரிந்துகொள்வதும் இல்லை. யாருக்கும் எதுவும் சொல்லிக்கொடுப்பதுமில்லை. பல தமிழகக் கட்சிகளின் தொண்டர்கள் கட்சித் தலைவர் சொல்வதை அப்படியே ஏற்றுக்கொள்கிறார்கள். அவரின் சுயநலத்தை, சூழ்ச்சிகளைக் கேள்விக்குள்ளாக்குவதில்லை. “கல்லானாலும் கணவன், புல்லானாலும் புருஷன்” என்பது போல் “தகுதியற்றவனானாலும் தலைவன், அசிங்கமானவனானாலும் அய்யன்” என்று அப்படியே ஏற்றுக்கொள்கின்றனர். “என் தலைவன் என் உயிர்” எனக்கொண்டு தன்னையே தீயிட்டுக் கொளுத்திக் கொள்வதற்குத் துணிகிற அளவு போதையில் இருக்கின்றனர் பல தமிழர்கள். இத்தகைய பக்திக்கு, பாசத்திற்கு இந்த தலைவன் ஏற்புடையவனா என ஒரு வினாடிகூட சிந்தித்துப் பார்ப்பதில்லை.

பொய்கள், புகழுரைகள், போலிப் பேச்சுக்கள், வாய்ச்சொல் வீரம் என ஒருவரையொருவர் ஏமாற்றிக்கொள்வது இந்த அரசியல் போதையில் ஏற்றுக்கொள்ளப்பட்ட நடைமுறை. புதுக்கவிதை இலக்கணம் பற்றி கவிஞர் மு. மேத்தா சொன்னது இன்றைய அரசியல் உலகைப் புரிந்துகொள்ள உதவும்:

இலக்கணச் செங்கோல்
யாப்புச் சிம்மாசனம்
எதுகைப் பல்லக்கு
மோனைத் தேர்கள்
தனிமொழிச் சேனை
பண்டித பவனி
இவை எதுவும் இல்லாத
கருத்துக்கள் தம்மை
தாமே ஆளக்
கற்றுக்கொண்ட
புதிய மக்களாட்சி முறையே
புதுக்கவிதை.

கருத்துக்கள், கொள்கைகள் ஆட்சி செய்யமுடியாத சூழலிலே பவனி, சேனை, தேர்கள், பல்லக்கு, சிம்மாசனம், செங்கோல் எனப் பகட்டும் பவிசும் பிரம்மாண்டமுமாய் பழைய மன்னராட்சி முறையைப் புகுத்துவதே இன்றைய அரசியலாய் மரத்துக் கிடக்கிறது. மலர்க் கிரீடம் சூட்டுவது, செங்கோல் கொடுப்பது, எடைக்கு எடை நாணயம் கொடுப்பது, தூக்க முடியாத மலர் மாலைகளைத் தோளில் போடுவது இப்படி அசிங்கம் பண்ணுவதிலும், போட்டி போட்டு உருப்படாத

தலைவர்களை உத்தமனே எனப் புகழ்வதிலும் முண்டியடித்துக் கொண்டிருக்கின்றனர் தொண்டர்கள். ஒருவித போதையில், அடிமைத் தனத்தில் ஊறித் திளைக்கிறார்கள். இந்தக் கட்சி அடையாளங்களைப் பின்னணியைக் கொண்டு அவர்கள் வாழ்க்கை நடக்கிறது. கட்டப்பஞ்சாயத்து, காவல் துறை வழக்குகள், அரசு அலுவலகங்களில் வேலைகள் செய்து கொடுத்தல், பணம் பார்த்தல், பெண் பிடித்தல், சொத்து சேர்த்தல் என வாழ்வைக் கழிப்பதற்கு ஒரே மூலதனம் அரசியல் கட்சியின் அடையாளம்தான்.

அரசியல் கட்சி நடத்துவோருக்கும், அந்தக் கட்சிகளில் திளைத்திருப்போர்க்கும் இந்தப் போதைதான் வாழ்க்கை. இது இல்லையென்றால் வயிற்றுப்பாடு இல்லை, வாழ்வில் அடையாளம் இல்லை, சமூகத்தில் எந்தப் பங்களிப்பும் இல்லை. பல கட்சிகளில் வயிறு வளர்க்கும் அரசியல்தான் நடக்கிறதே தவிர, யாரையும் எங்கேயும் அழைத்துச் செல்லும் எண்ணமோ, திட்டமோ இல்லை. சாகும்போது வெறும் 120 ரூபாய் பையில் வைத்திருந்த பெருந்தலைவர் காமராசர் தோல்வியாளராகவும், லட்சம் கோடிகள் திருடித் தன் மனைவிகள் மக்கள் பெயர்களிலெல்லாம் வைத்திருப்பவர் வெற்றியாளராகவும் பார்க்கப்படுகின்றனர். ஒரே ஒரு வேட்டி வைத்திருந்த தோழர் ஜீவா, அரசு மருத்துவமனையில் தரையில் படுத்து சிகிச்சை பெற்ற அய்யா கக்கன் போன்றவர்கள் எல்லாம் ஆண்ட, அரசியல் நடத்திய தமிழ்நாட்டில் இன்றைய நிலை உங்களுக்கு நன்றாகத் தெரியும்.

பல முக்கியத் தலைவர்கள் மீது சொத்துக் குவிப்பு வழக்கு, கிரானைட் திருடிய வழக்கு, பல்வேறு ஊழல் வழக்குகள் நடந்துகொண்டிருக்கின்றன.

அரசியல், பதவி, புகழ், அதிகாரம் அனைத்தும் காசு பார்ப்பதற்காகத்தான் பயன்படுத்தப்படுகின்றன. காசு இருந்தால்தான் அரசியல் நடத்த முடியும்; அரசியல் நடத்துவது காசு பார்க்கத்தான்! அரசியல் போதையுடன் நெருங்கிய தொடர்பு உடையது காசியல் போதை. பதவிக் கிறுக்கும் பணக் கிறுக்கும் ஒன்றுக்கு ஒன்று நெருங்கிய தொடர்பு உடையவை. தமிழினம் இதில் சிக்கித் தவித்து சீரழிந்து கிடக்கிறது.

5. தாழ்வு மயக்கம்/தாழ்ந்த இயக்கம்

தமிழனைப் பாதித்திருக்கும் மிகப் பெரிய போதை தன்னைப் பற்றிய ஒரு தாழ்வு மனப்பான்மைதான் என்றே

நினைக்கிறேன். தன்னைத் தாழ்வாகவே பார்த்தல், விதியே என்று வீழ்ந்து கிடத்தல், சுய இரக்கம் இவையும்கூட ஒருவித போதைதான். யதார்த்தத்தை எதிர்கொள்ளாமல் மனதைக் கையாலாகாத வழிகளில் திசைதிருப்பி மனமுடைந்து கிடப்பது; அடிமை நிலையில் கிடந்து அடிவாங்கிக்கொள்வதில் ஒருவித இன்பம் காண்பது எல்லாமே உளவியல் ரீதியிலான ஒரு போதைதான்.

இரண்டு ஆண்டுகளுக்கு முன்பு இந்தியன் எக்ஸ்பிரஸ் நாளிதழில் (ஆகஸ்ட் 23, 2012) ஒரு செய்தி படித்தேன். சிங்கப்பூர் வெளியுறவுத் துறை அமைச்சர் திரு. சண்முகம் அவர்களிடம் உள்ளூர்க்காரர் ஒருவர் முறையிட்டிருக்கிறார். அதாவது தனது வீட்டருகே வாழ்ந்த ஒரு தமிழ்க் குடும்பம் தாழ்ந்த சமூக அந்தஸ்தோடு, தரம் தாழ்ந்த வாழ்க்கை வாழ்வதாக அவர் விமரிசித்தார். அடுக்குமாடி வீட்டில் இருந்த மின்தூக்கியில் புகைப் பிடிப்பதாகவும், லுங்கி கட்டிக்கொண்டு அக்கம்பக்கம் நடமாடுவதாகவும், தனது பேரன் இந்த மாதிரி லுங்கியில் நடமாடும் ஆட்களைப் பார்த்து வளர்வதை தான் விரும்பவில்லை என்றும் அவர் சொன்னார். இனவெறி பிடித்த அந்த நபரின் உள்ளக் கிடக்கை வெளிப்படையாகத் தெரிந்தாலும் நாம் சற்றே நமக்குள் எட்டிப்பார்த்தால் சில உண்மைகளும் விளங்கும்.

நம் வீட்டுக்குள் சுத்தமாக இருக்கும் நாம், நம்மைச் சுற்றி அசுத்தம் சூழ்ந்திருப்பதைப் பற்றி கவலைப்படுவதேயில்லை. வீட்டு அழுக்கு வெளியே போய்விட்டால் நமது பிரச்சினை முடிந்துவிட்டதாகவே நினைக்கிறோம். பிறகு அது அடுத்தவர் பொறுப்பு, அரசின் கடமை. அதன் மோசமான விளைவை நாம்தான் அனுபவிப்போம் என்று நினைப்பதேயில்லை. பொது இடங்களில் சுத்தமில்லை; வாகனங்களில் சுத்தமில்லை; பொருட்களில் சுத்தமில்லை.

இரண்டு பேய்கள் பேசிக்கொண்டனவாம். சாவதற்காக விஷம் வாங்கிக் குடித்தேன்; விஷத்தில் கலப்படம் இருந்ததால் பிழைத்துக்கொண்டேன் என்றது ஒரு பேய். பிறகு எப்படி செத்தாய் என்று கேட்டது அடுத்த பேய். காப்பாற்றுவதற்காக மருந்து தந்தார்கள்; அந்த மருந்திலிருந்த கலப்படத்தால் செத்துப்போனேன். இதுதான் இன்றைய இழி நிலை.

வள்ளுவம் சொல்கிறது:

புறத்தூய்மை நீரான் அமையும் அகந்தூய்மை
வாய்மையால் காணப் படும்.

புறத்தூய்மையில் கவனம் செலுத்தாத நாம், வாய்மையால் அகத்தூய்மையைக் காத்துக்கொள்கிறோம். "யாதும் ஊரே, யாவரும் கேளிர்" என்று வேறு எந்தக் கலாச்சாரமும் சொல்ல வில்லை. நம்மில் பெரும்பாலானோர் நம்பகத்தன்மை உள்ளவர்களாய் இருக்கிறோம்; நல்லவர்களாய் இருக்கிறோம். ஆனால் நமக்குள் சுத்தமாக இருந்தாலும் நம் சமூகத்து அழுக்கைச் சகித்துக்கொள்கிறோம். மேல் நாடுகளில் மக்கள் அப்படி இப்படி இருந்தாலும் தலைவர்கள் சுத்தமாக இருக்க வேண்டும் என்று விரும்புகின்றனர். ஆனால் நாம் நேர்மையானவர்களாக இருந்தாலும், நமது தலைவர்கள் அயோக்கியர்களாக இருப்பதை அனுமதிக்கிறோம். லஞ் சமும் ஊழலும் பொய்மையும் மலிந்து கிடக்கின்றன. மொத்த தமிழ்ச் சமூகமும் அசுத்தமாய் கிடக்கிறது. இப்படி அசுத்தமாக இருந்தால்தான் நம்மால் இயல்பாக வாழ முடியும் என்பது போல நாம் மாட்டிக்கொண்டிருக்கிறோம். தாழ்வு மயக்கத் தில் கிடக்கிற நாம் தாழ்ந்த இயக்கத்தில் உழன்று கொண் டிருக்கிறோம். இரண்டுக்கும் இடையே உள்ள நெருங்கிய தொடர்பைத் தெரிந்து, மயக்கத்தை விடுத்து நமது இயக்கத்தை உயர்த்திக்கொள்வது எப்படி?

போதை தெளிந்த பாதை

குறைகளைப் பற்றியே, போதைகளைப் பற்றியே பேசிக் கொண்டிருப்பதால் எந்தப் பலனும் இல்லை. இந்தப் போதை களிலிருந்து மீள்வது எப்படி என்று சிந்தித்தாக வேண்டும். முதலில் நாம் செய்ய வேண்டியது நம்மை அறிதல், நாமாகவே இருத்தல்! நாம் யார், நமது மூதாதையர் யார், நமது வரலாறு என்ன, நமது குறை நிறை என்ன என்றெல்லாம் ஒரு மீளாய்வு செய்வது முதற்படி. நம்மை அறிவது பற்றி சி.சு. செல்லப்பா எழுதிய "மாற்று இதயம்" எனும் கவிதை அழகாகச் சொல்கிறது:

அரசியல்வாதியின் இதயம் வேண்டாம் எனக்கு
அதுதான் இப்போ ரொம்ப மலிவா இருக்கு.
மதவாதியின் இதயம் வேண்டாம் எனக்கு
அதுதான் இப்போ மரத்துப் போய் கிடக்கு.
வேதாந்தியின் இதயம் வேண்டாம் எனக்கு
அது இப்போ வரண்டு போய் கிடக்கு.
விஞ்ஞானியின் இதயம் வேண்டாம் எனக்கு
அதன் சிறப்பான பணி அழிவுக்கு!
ஒரு குழந்தை இதயம் வேண்டாம்
அதுக்குக் கபடம் தெரியாது!
ஒரு வாலிபன் இதயம் வேண்டாம்

அதுக்கு நிதானம் தெரியாது!
ஒரு நடுவயது இதயம் வேண்டாம்
அதுக்கு எதிலும் சந்தேகம்.
ஒரு கிழட்டு இதயம் வேண்டாம்
அது கூறு கெட்டிருக்கும்.
ஓ! டாக்டர்! மன்னிக்கவும்
மாற்று இதயம் வேண்டாம் எனக்கு!
எவன் உணர்ச்சியும் தேவையில்லை எனக்கு
என் இதயம் பாடம் கற்றிருக்கு.
அது தன் வழியே போய் ஒருங்கட்டும்!
ஓ! டாக்டர்! உங்களுக்குத் தொந்தரவு தந்தேனா?
மன்னிக்கவும்!

நாம் நாமாகவே இருக்க முனைகிற அதே வேளையில் நமது நிலை மோசமாக இருப்பதை மாற்ற முயன்றே ஆகவேண்டும். ஒரு புதிய துவக்கத்துக்கு நம்மை அணியமாக்கிக் கொள்ள வேண்டும். மகாகவி பாரதியார் அறிவுறுத்துவது போல:

சென்றதினி மீளாது, மூடரே நீர்
எப்போதும் சென்றதையே சிந்தைசெய்து
கொன்றழிக்கும் கவலையெனும் குழியில்வீழ்ந்து
குமையாதீர்! சென்றதனைக் குறித்தல் வேண்டாம்
இன்றுபுதி தாய்ப்பிறந்தோம் என்று நீவிர்
எண்ணமதைத் திண்ணமுற இசைத்துக் கொண்டு
தின்றுவிளை யாடியின்புற் றிருந்து வாழ்வீர்:
தீமையெலாம் அழிந்துபோம், திரும்பி வாரா.

நாமாக இருந்து, ஒரு மாற்றத்துக்கு நம்மை அணியமாக்கிய பிறகு, நாம் செய்ய வேண்டியது அறிவுக்கு முதலிடம் கொடுப்பதுதான். வள்ளுவம் குறிப்பிடுகிறது:

எப்பொருள் யார்யார்வாய்க் கேட்பினும் அப்பொருள்
மெய்ப்பொருள் காண்பது அறிவு.

அறிவுக்கு வேலை கொடுக்கும்போது நம் போதை தெளியும் பாதை தெரியும். மதம் என்பது ஒருவருடைய, ஒரு குடும்பத்துடைய தனிப்பட்ட விடயம். அதில் தலையிட அரசுக்கோ, அண்டை வீட்டாருக்கோ, வேறு யாருக்கோ உரிமை இல்லை. எல்லா மத நம்பிக்கைகளையும் மதிப்பதும், அனைவரின் மத உணர்வுகளையும் புரிந்துகொள்வதும், ஆனால் எதையும் ஏற்றுக்கொள்ளாமலிருப்பதும்தான் சிறப்பு என நினைக்கிறேன். சுவாமி விவேகானந்தரின் ஓர் உவமை இங்கே நினைவுகூரத் தக்கது. இறையருள்/இயற்கை என்பது எல்லா இடத்தும் மையப்புள்ளியைக் கொண்ட சுற்றளவே இல்லாத ஒரு மாபெரும் வட்டம்; மனிதன் என்பவர் தன் மீது

மையப்புள்ளியைக் கொண்ட சுற்றளவே இல்லாத இன்னொரு மாபெரும் வட்டம். என் மதம் தமிழ் மதம்! இயற்கையை வணங்குதல், முன்னோரை நினைந்தேற்றுதல், பரம்பொருளைப் போற்றுதல் அதன் அம்சங்கள்! சாதியைப் பொறுத்தவரை முண்டாசுக்காரன் சொல்வதுதான் முறையானது: "சாதிகள் இல்லையடி பாப்பா, குலத் தாழ்ச்சி உயர்ச்சி சொல்லல் பாவம்!" அவனே தொடர்கிறான்: "சாதி மதமெனப் பாரோம், உயர் சன்மம் இத்தேசத்தில் எய்தினராயின், வேதியராயினும் ஒன்றே, அன்றி வேறு குலத்தினராயினும் ஒன்றே!"

மது – மாது போதைகள் விழுப்பம் தருவது இல்லை என்பதால் இவை போன்ற "தீயவை தீய பயத்தலால்" அவற்றைத் தொடாமலிருப்பதோ, தொடராமலிருப்பதோ சிறப்பு. ஒரு விருந்தில், விழாவில் என்றோ ஒரு நாள் எப்போதோ ஒரு முறை ஒரு குவளை மது குடித்தாலும் குடிக்கலாம்; ஆனால் எப்போதும் எந்த நிலையிலும் உரிமையில்லாப் பெண்ணோடு உறவாடுவது தீங்காகவே முடியும். "கற்பு நிலையென்று சொல்ல வந்தால் இரு கட்சிக்கும் அஃது பொதுவில் வைப்போம்" என்கிறார் பாரதியார். "பெண்ணென்று வந்ததொரு மாயப் பிசாசாம்" என்று அவளைச் சதைப் பிண்டமாக, தீட்டாக, தீமையாக, போகப் பொருளாக, பொல்லாப் பிறவியாகப் பாராமல் மனிதராகப் பார்ப்பது மிக முக்கியம். அன்னையே, அம்மாவே, ஆண்டாளே என்று புனிதையாக்குவதும் போலியானது. கண்ணைப் பார்த்துப் பேசி, அவள் கருத்துக்களுக்குச் செவி மடுத்து, சமமாகப் பாவித்து, சக உயிராக நடத்துவதே இயல்பு, சிறப்பு. அறிமுக மாகும் ஒரு பெண்ணோடு (அவர் விரும்பினால்) கை குலுக்கிக் கொள்வதிலோ, அறிமுகமான பெண்ணிடம் 'இந்த உடை உங்களுக்கு அழகாக இருக்கிறது' என்று சொல்வதிலோ எந்தத் தீங்கும் வந்துவிடப் போவதில்லை. பாலியல் பாரபட்சமின்றிப் பார்ப்பதும் பழகுவதும் சாத்தியமே.

'கலை' என்ற நிலை மாறி, 'விலை' ஒன்றே குறிக்கோளாய் இயங்கும் வெள்ளித் திரை, சின்னத் திரை படைப்புகளைத் தள்ளிவிட்டு, அந்தக் கலைஞர்களைத் தலைவர்களாய் ஏற்பதை விடுத்து, நடனம், நாட்டியம், நாடகம், நாட்டுப்புறவியல் எனும் உயர்கலை நோக்கி உயரே பார்ப்பது சிறப்பு. "நிறை காக்கும் காப்பை" இன்றைய தலைமுறைக்குச் சொல்லித்தந்து சிறைப்படுத்தும் திரைகளைக் களைவது நல்லது. அதே போல அரசியல் தளத்தில் கொள்ளைகளை விடுத்து, கொள்கை களை எடுத்து, கோட்பாடுகளைக் கொணர்ந்து ஒரு புதிய

துவக்கத்துக்கு வித்திடுவதும் அவசியம். மகாத்மா காந்தியைப் பாடும் மகாகவி பாரதியார் அழகாகச் சொல்கிறார்:

தன்னுயிர் போலே தனக்கழி வெண்ணும்
பிறனுயிர் தன்னையும் கணித்தல்;
மன்னுயி ரெல்லாம் கடவுளின் வடிவம்
கடவுளின் மக்களென் றுணர்தல்;
இன்னமெய்ஞ் ஞானத் துணிவினை மற்றாங்கு
இழிபடு போர், கொலை, தண்டம்
பின்னியே கிடக்கும் அரசிய லதனில்
பிணைத்திடத் துணிந்தனை, பெருமான்!

இப்படி "நிமிர்ந்த நன்னடை, நேர்கொண்ட பார்வை, நிலத்தில் யார்க்கும் அஞ்சாத நெறிகளைக்" கைக்கொள்ளும்போது தாழ்வு மயக்கம் மறைந்து, தாழ்ந்த இயக்கம் தொலைந்து, தலை நிமிர்ந்த தமிழராய் உயர்வோம்! உறுதி!

தமிழரின் எதிர்காலம்

ஈழத்தில் நடந்த இனப்படுகொலையின் போது முள்ளிவாய்க்காலில் வைத்து தலைவர் பிரபாகரன் கொல்லப்பட்டுவிட்டதாக இலங்கை அரசு அறிவித்த அன்று (2009 மே 17) நாங்கள் மறைந்துவிட்ட ஆருயிர் நண்பர் அசுரனுக்கு நாகர்கோவில் நகரிலே அஞ்சலி செலுத்திக்கொண்டிருந்தோம். அந்த ஒருநாள் நிகழ்வின் அங்கமாகத் "தமிழரின் எதிர்காலம்" என்ற தலைப்பில் ஒரு கருத்தரங்கம் நடத்தினோம். நிகழ்காலம் இருண்டு கிடந்ததால், எதிர்காலம் பற்றி ஏக்கத்தோடு விவாதித்துக்கொண்டிருந்தோம். அதேபோல 2012ஆம் ஆண்டு மே 17 அன்றும் இடிந்தகரையில் "தமிழரின் எதிர்காலம்" என்ற தலைப்பில் ஒருநாள் மாநாடு நடத்தினோம். இந்தத் தலைப்பின் அவசியம், அவசரம் பற்றி நான் சொல்லி நீங்கள் தெரிந்துகொள்ள வேண்டியதில்லை.

இன்றைய உலகில் மக்களின் நிலைத்து நிற்றல், சுகவாழ்வு, அடையாளம், சுதந்திரம் அனைத்துக்கும் ஓர் அரசையே சார்ந்து நிற்கும் நிலை இருக்கிறது. இந்தக் கடமைகளைத் திருப்திகரமாக அரசுகள் செய்கின்றனவா என்பது ஒரு பெரிய விவாதப் பொருள். ஆனாலும் அரசு தான் இந்த நான்கு விடயங்களையுமே கவனித்து வருகிறது, கட்டுக்குள் வைத்திருக்கிறது என்பது உண்மை. அரச அரவணைப்பு இல்லாத குர்து மக்கள், பாலஸ்தீனர்கள் போன்றோர் படும் பாடு உலகறியும். உலக நாடுகளனைத்திலும் வாழும்

சிறுபான்மைத் தமிழர் எல்லாம் அந்தந்த நாடுகளின் முக்கிய நீரோட்டத்தோடு நீந்திச்சென்று வாழ்வைக் கழிக்கின்றனர். அதிக அளவில் தமிழர் வாழும் இரண்டு பகுதிகளைத் தனியாக எடுத்து அலசுவோம்.

ஈழத் தமிழர் ஈவு இரக்கமற்ற இனவெறி பிடித்த சிங்கள அரசிடமும், இந்தியத் தமிழர் சமத்துவ உணர்வற்ற, சந்தேக நோய் பிடித்த, இந்துத்துவ, சாதீய, இந்தி வெறி அரசிடமும் சிக்கியிருக்கிறோம். நமக்குள் மக்கள் எண்ணிக்கையில் அதிகமானோர் இந்தியத் தமிழர்களாய் இருந்தாலும், தமிழர் என்ற செருக்கும் திமிரும் உணர்வும் பெற்றோர் ஈழத் தமிழர்கள்தான். தமிழர் என்ற அடையாளத்தை உயர்த்திப் பிடிப்பவரும் அவர்கள்தான். அபரிமித சக்தி வாய்ந்த ஒரே ஒரு பெரும்பான்மை சமூகத்தைத் தன்னந்தனியாய் எதிர்கொண்டு நிற்கும் ஈழத் தமிழர்களின் சமூக, பொருளாதார, அரசியல் யதார்த்தம் பல சிறுபான்மை சமூகங்களை உள்ளடக்கி நிற்கும் இந்திய யதார்த்தத்திலிருந்து மிகவும் மாறுபட்டது. ஒரு குழுவைக் கண்டு அச்சமுறும் நிலை இங்கில்லை. ஆனால் பலருடன் புழங்கி, மழுங்கி, புழுங்கிக்கொண்டிருப்பதால் அரசியல் புரிதலும் தெளிவும் இல்லாமல் பரிதவிக்கிறோம். இப்படி ஒரு திருப்புமுனையில் நிற்கும் நமது இனத்தின் எதிர்காலம் பற்றி நாம் என்ன நினைக்கிறோம்?

எதிர்காலவியலும் தமிழரும்

முதலில் எதிர்காலம் அல்லது வருங்காலம் பற்றி தெளிவடைவது இன்றியமையாதது. நமது தமிழ்ச் சமூகத்தில் எதிர்காலம் பற்றிய ஆர்வம், அக்கறை மிகவும் அதிகம். சாதகம், கைரேகை, எண் கணிதம், குறி கேட்டல், கிளி சோதிடம், இராப்பாடிக்காரன் பாட்டு, பூ வைத்தல், பூசை வைத்தல், காவல் தெய்வங்கள் அருள்வாக்கு என எத்தனையோ வழிகளில் புரியாத எதிர்காலத்தைக் கணிக்க கடிதில் முனைகிறோம்.

குடும்பத்தில் ஒருவரின் எதிர்காலம் மற்றவர்களின் எதிர்காலங்களோடு பின்னிப் பிணைந்திருக்கிறது என்பதை நாம் துல்லியமாக உணர்ந்திருக்கிறோம். வீட்டில் புதிதாக ஒரு குழந்தை பிறந்தால், அதன் சாதகத்தைக் கணித்து, தாத்தா சாகப்போகும் வயது, மாமன் பார்க்கப் போகும் வேலை, சித்தியின் திருமணம் என அனைத்தையும் அறிய முல்கிறோம். துல்லியமாக அறிய முடியாத, நமது கட்டுக்குள் முழுமையாக அடங்காத, மனம் போல மாற்றிக்கொள்ள முடியாத எதிர்காலத்தை இறை நம்பிக்கை, பிரார்த்தனை

போன்ற ஆன்மீக வழிகளில் அளந்துவிட, அடக்கிவிட, அமைத்துக்கொள்ள அதீத முயற்சிகள் எடுக்கிறோம்.

எதிர்காலம் என்பது இனிவரவிருக்கும் நாட்களுக்குள் ஒளிந்து கிடக்கிறது என்று அனுமானித்துக்கொண்டு அதை எப்படியாவது முன்கூட்டியேத் தெரிந்துகொள்ள வேண்டும் என்ற அடிப்படையில் நாம் புரிந்துகொள்கிறோம். முன்னரே தயாரிக்கப்பட்ட திரைப்படம் ஒன்றின் அடுத்த காட்சி போல எதிர்காலம் தன்னியக்கமாக வரும் என்று நம்பு கிறோம். தலைவிதி, கர்மவினை, தெய்வச் செயல் என்பன போன்ற மூட நம்பிக்கைகளால் எதிர்காலம் ஏற்கெனவே நிச்சயிக்கப்பட்டுவிட்டது என உறுதி பூணுகிறோம். இது தவறான அணுகுமுறை.

மலையேறும்போது நாமே நமது பாதையை வகுத்துக் கொள்வது போல் கடலோடும்போது நாமே நமது படகின் போக்கை நிர்ணயித்துக்கொள்வது போல எதிர்காலத்தை நமது எண்ணங்களால், சிந்தனைகளால், விருப்பு வெறுப்புகளால், தெரிவுகளால், திட்டங்களால், செயல்பாடுகளால் நாமே அமைத்துக்கொள்கிறோம் என்பதுதான் உண்மை. நம் எதிர்காலம் இன்னொருவரின் கணிப்பிற்குக் கட்டுப்பட்டுக் கிடக்கவில்லை; நமது கைகளில் பத்திரமாக இருக்கிறது. அதை நாமே தேர்ந்து, தெளிந்து, தெரிவு செய்துகொள்ள முடியும் என்ற அடிப்படையில் நாம் பார்க்கத் துவங்க வேண்டும். இதுதான் அறிவியல் ரீதியான அணுகுமுறை. அறிவியல் பூர்வமாக எதிர்காலத்துக்குள் ஓரளவு எட்டிப்பார்க்க முடியும், பெருமளவு நாம் விரும்பும் எதிர்காலத்தை நம்மால் அமைத்துக்கொள்ளவும் முடியும் என்பது அண்மைக்கால அறிவு. எதிர்காலவியல் எனும் பாடமே இன்று பிறப்பெடுத்து, வளர்ந்தோங்கி, ஒளிவீசிக்கொண்டிருக்கிறது.

ஒரு தனிமனிதனின் எதிர்காலம் அவனது கைகளில் இருப்பதுபோல ஒரு மனிதக் குழுவின் எதிர்காலம் அந்தக் குறிப்பிட்ட மக்களின் கைகளில் இருக்கிறது. ஒரு தனிமனிதன் தனது எதிர்காலத்தைச் சோதிடர், சாமியார் போன்ற இன்னொருவரிடம் கொண்டு அடகு வைத்துவிட்டு, அவர் சொல்வது போலக் கேட்டு கெட்டுக் குட்டிச்சுவராவது போல ஒரு மனிதக் குழுவும் ஒரு தவறான தலைவனையோ, ஒரு கண்ணியமற்ற கட்சியையோ நம்பி ஏமாந்துபோக முடியும், போகிறார்கள்.

'எங்கே போகிறோம்' எனும் இலக்கு இல்லாமல் 'எங்கோ போகிறோம்' என அலைந்து திரியும் பயணி வழியிலே குழம்பிப்

போகிறான்; வம்புகளில் மாட்டிக்கொள்கிறான். வருங்காலச் சிந்தனையற்ற, தயாரிப்பற்ற வாழ்வு எப்படி சிதைந்து போகும் என்பதை வள்ளுவர் தெளிவாகச் சொல்கிறார்:

வருமுன்னர் காவாதான் வாழ்க்கை எரிமுன்னர்
வைத்தூறு போலக் கெடும்.

ஒரு தீங்கு வருவதற்கு முன்னரே காத்துக்கொள்ளாதவனுடைய வாழ்க்கை தீயின் முன் வைக்கப்பட்ட துரும்புபோல அழிந்து விடும். அதேபோல, இலக்கு இன்றி வாழும் சமூகமும் எங்கேயும் போகாது. தேக்க நிலையிலேயே சிக்கி, செய்வதறியாது திகைத்து, தகைமை இழந்துவிடும், தவறி விழுந்துவிடும். வள்ளுவர் சொல்கிறார்:

தேரான் பிறனைத் தெளிந்தான் வழிமுறை
தீரா இடும்பை தரும்.

ஒருவர் ஆராய்ந்து பார்க்காமல் மற்றவரைத் தெளிந்து கொண்டால், அஃது (அவருக்கு மட்டும் அல்லாமல்) அவருடைய வழிமுறையில் தோன்றியவர்களுக்கெல்லாம் துன்பத்தைக் கொடுக்கும். "எதிரதாக் காக்கும் அறிவினார்க்கு" அதிர வரும் நோய்கள் இல்லை எனும் வள்ளுவர் "அறிவுடையார் ஆவதறிவார்" என்கிறார். 'வருவது' குறித்தும், 'வருங்கால தலைமுறைகள்' பற்றியும் ஆயிரக்கணக்கான ஆண்டுகளுக்கு முன்னரே சிந்தித்திருந்தவர்கள் தமிழர்கள். அண்மைக்காலப் புரட்சிக் கவிஞர் பாரதிதாசன்கூட எதிர்காலம் பற்றி ஏக்கத்தோடு சிந்திக்கிறார்:

என்னருந் தமிழ்நாட்டின் கண்
  எல்லோரும் கல்விகற்றுப்
பன்னரும் கலைஞானத்தால்,
  பராக்கிரமத்தால், அன்பால்,
உன்னத இமமலைபோல்
  ஓங்கிடும் கீர்த்தி எய்தி
இன்புற்றார் என்று மற்றோர்
  இயம்பக் கேட்டிடல் எந்நாளோ ?

நமது தமிழினம் இன்று ஒரு திருப்புமுனையில் நிற்கிறது; திக்குத் தெரியாமல் கைகளைப் பிசைந்துகொண்டு திணறிக் கொண்டிருக்கிறோம். நாம் எங்கே நிற்கிறோம், எங்கே போகப் போகிறோம், எங்கே போக விரும்புகிறோம் என்பவை பற்றி சிந்தித்தாக வேண்டிய கட்டாயத்தில் இருக்கிறோம். நமது சமூக, பொருளாதார, அரசியல் விடயங்கள் அனைத்தும் இந்திய, இலங்கை அரசுகளின் கைகளில் இருக்கின்றன. தமிழக முதல்வரின் அண்மைக்கால அங்கலாய்ப்புகளைப்

பார்க்கும்போதே இந்தியத் தமிழரின் இடைஞ்சல்கள் பற்றி அறிய முடியும்; உண்மை நிலை இன்னும் பல மடங்கு மோசமானது. சிங்கள இனவாத அரசின் அடக்குமுறைகளை, அத்துமீறல்களைப் பார்க்கும்போது ஈழத் தமிழரின் இன்னல்கள் பற்றிப் புரிய முடியும்.

இரு தரப்புத் தமிழருமே நம் மண்ணை, நீரை, காற்றை, கடலை, கடல் உணவை, இயற்கை வளங்களை, எதிர்கால சந்ததிகளை, வாழ்வாதாரங்களை, வாழ்வுரிமைகளை இழந்துவிடும் அபாயத்தில் இருக்கிறோம். ஆனால் நம்மில் ஒரு சிலரோ தமது கடைந்தெடுத்த சுயநலத்தால், தம்முடைய லாபத்தை மட்டும் பார்த்துக்கொண்டு, இனநலத்தை காவுகொடுக்க முனைகின்றனர். எடுத்துக்காட்டாக, இந்தியத் தமிழராகிய நாம் கூடங்குளம், கல்பாக்கம் அணுமின் நிலையங்கள் தமிழர் எதிர்காலத்துக்கு ஏற்றதல்ல என்று எதிர்க்கும்போது நம்மில் சிலர் “நமக்கு மின்சாரம் கிடைத்தால் போதும், நம் சந்ததிகள் எக்கேடு கெட்டுப்போனால் நமக்கென்ன” என்று சிந்திக்கின்றனர், செயல்படுகின்றனர். வீரமும் விவேகமும் கொண்ட ஈழத் தமிழர் விடுதலைக்காகப் போராடும்போது அவர்களில் சிலர் அமைச்சர் பதவி கிடைத்தால் போதும் எனும் ஈன வாழ்வை விரும்புகின்றனர். இந்தத் துரோகிகளைத் தள்ளிவைத்துவிட்டு, தமிழரின் எதிர்காலம் பற்றி சிந்திப்போம்.

ஒளிமயமான எதிர்காலம்

முதலில், இரு துருவ நிலைகளை அடையாளப் படுத்துவோம். இடது கோடியில் உலகிலேயே எங்கும் இல்லாத, ஏற்றத் தாழ்வுகளற்ற, சமத்துவ சமதர்மம் மிக்க, அநியாயங்களே இல்லாத, அற்புதமான கனவு சமுதாயமாக இருப்போம் எனும் ஆசை. வலது கோடியில் இப்போது இருப்பதை விட மோசமாகி, அடிமைத்தனம் மிகுந்து, அநியாயங்கள் மலிந்து, நாசமாகி, நலிவடைந்து போவோம் எனும் பயம். இவ்விரு துருவங்களுக்கிடையே பல சாத்தியமான, சாசுவதமான காட்சிக்கூறுகளை நாம் நமது மனக்கண்ணின் உதவியுடன் கண்டறியலாம்.

ஈழத்தை எடுத்துக்கொண்டால் ஈழக் குடியரசு அமைந்து நம் தொப்புள்கொடி உறவுகள் சுதந்திரமாக வாழ்வது ஒரு துருவமாகவும், இன்னும் அடிமைப்பட்டு மேலும் துன்பப்பட்டுப் போவது இன்னொரு துருவமாகவும் கொள்ளப்படலாம். இனவாத சிங்கள அரசால், அந்த அராஜகவாதிகளால் இடைநிலைகள் அனைத்தும் அழிக்கப்பட்டுவிட்டன. ஒருங்கிணைந்த இலங்கையில் ஒட்டுக்குடித்தனம் நடத்தலாம்; இந்தியாவை

முன்மாதிரியாகக் கொண்டு வடக்கு, கிழக்கு மாநிலங்களில் கையாலாகாத முதல்வர்களைக் காட்சிப்பொருளாக வைத்துக் கதையை ஓட்டலாம் என்றெல்லாம் வேறு தெரிவு களைத் தேடுவது வீண் வேலை. காலம் தவறிவிட்டதால், கசப்புகள் பெருகிவிட்டதால், உணர்வுகள் தடித்துவிட்டதால் பிரிந்து வாழ்வதுதான் இரு சமூகங்களுக்குமே சிறந்ததாக இருக்கும். அப்படி முகிழ்க்கவிருக்கும் ஈழக் குடியரசு எப்படி இருக்கும், தன்னகத்தே இருக்கும் முஸ்லீம்கள் போன்ற சிறுபான்மையினரை எப்படி கௌரவமாக, பாதுகாப்பாக நடத்தும் என்பவற்றையெல்லாம் பற்றிக் கனவு காண்பதுதான் ஈழத் தமிழர்கள் செய்ய வேண்டிய எதிர்கால நடவடிக்கையாக அமையும்.

தமிழகத்தைப் பொறுத்தவரை, தமிழ்நாடு தனிநாடாக வேண்டும் என்பது ஆசையாகவும், ஈழம் போன்ற நிலைக்குள் தள்ளப்படும் அபாயம் பயமாகவும் இரு துருவ நிலைகளாக அமையும். விடுதலை பெற்று வாழ்வது, அடிமைப்பட்டுக் கிடப்பது எனும் இரு துருவ நிலைகளுக்கிடையே என்னனென்ன நிலைகள் இருக்க முடியும்? ஒன்று, இந்தியாவில் உள்ள மாநிலங்கள் அனைத்தும் சுதந்திரம் பெற்ற நாடுகளாக மாறி ஐரோப்பிய கூட்டமைப்பு அல்லது ஆசியான் *(ASEAN)* அமைப்பு போன்று ஒன்றாய்ச் சேர்ந்து பேரவையாக *(confederation)* வாழ்வது. இரண்டு, “மாநிலத்தில் சுயாட்சி, மத்தியிலே கூட்டாட்சி” என்ற அடிப்படையில் அமெரிக்க ஐக்கிய நாடுகள் போல ஒரு கூட்டமைப்பாக இயங்குவது. மூன்று, இப்போதிருக்கும் இந்தி – இந்து – இந்துஸ்தான் எனும் குரல்வளையை நெரிக்கும், பன்மைத்தன்மையை வெறுக்கும், ஒருமை தேசத்துக்குள் புழுங்கிக்கொண்டே வாழ்ந்து தொலைப்பது. நான்கு, இன்னும் மோசமான இந்தி(ய) ஏகாதிபத்தியத்தின், இந்துத்வா பாசிசத்தின் கீழ் ஓர் இந்து ஹிட்லர் கைகளில் சிக்கிச் சீரழிவது. இந்த தொடர்நிலைகளுக்கு வெளியேயும் பல நிலைகளைக் கண்டுணர முடியும். எடுத்துக்காட்டாக, வடதமிழகம், தென்தமிழகம் எனத் தமிழகமே இரண்டாகப் பிரியலாம். விடுதலைக்கு முன்னிருந்த சிற்றரசுகளாக, சமஸ்தானங்களாக, ஜமீன்களாகத் தமிழகமே சிதறுண்டு போகலாம்.

மேற்கண்ட காட்சிக்கூறுகளில் எது விரும்பத்தக்கது, எல்லாராலும் ஏற்றுக்கொள்ளப்படுவது என்பதை முடிவு செய்வது எதிர்காலவியலின் இரண்டாவது நிலை. அந்த உற்றதோர் எதிர்காலத்தை எந்த வருடத்துக்குள் அடைய விரும்புகிறோம் என ஒரு கால நிர்ணயம் செய்துகொள்வது

அவசியம். எடுத்துக்காட்டாக, நமது உன்னதத் தமிழகம் 2025ஆம் ஆண்டுக்குள் கைகூட வேண்டும் என நாம் இலக்கு நிர்ணயிக்கலாம்.

மூன்றாவதாக, அந்த எதிர்கால கனவு நனவாக எந்தெந்தக் காலகட்டத்தில் என்னனென்ன செய்து முடிக்க வேண்டும் என்பதைப் பின்நோக்கி நடந்துவந்து குறித்துக் கொள்வோம். அதாவது 2024, 2020, 2018, 2015 போன்ற வருடங்களுக்குள் என்னனென்ன பணிகள் நடத்தி முடிக்கப்பட்டிருக்க வேண்டும் எனத் திட்டமிட்டுக் கொள்வோம். அந்தத் திட்டத்தின் அடிப்படையில் இப்போது 2014இல் நாம் என்ன செய்யத் துவங்க வேண்டும் என்பதை தீர்மானித்துவிட்டு, அந்த வருங்கால கனவுப் பயணத்தை நாம் தொடங்கலாம்.

இந்த எதிர்காலவியல் முயற்சிக்கு, கனவு காண்பது என்பது மிகவும் முக்கியம். நாம் எதை அடைய வேண்டும் என உண்மையாக, ஆழமாக, தீவிரமாக நினைக்கிறோமோ, விரும்புகிறோமோ, ஆசைப்படுகிறோமோ அதை நிச்சயம் அடைவோம். அதற்கான அடிப்படை ஆதாரம்தான் கனவு. கற்பனை, கனவு, பகற்கனவு, மிகுபுனைவு, மனக்கண் பார்வை, மனத்தோற்றம்/படிமம்/உருவம், பிரமை/தோற்ற மயக்கம் எனப் பல வடிவங்களில் வனப்பான வருங்காலத்தைத் தகவமைக்கும் பார்வை அமையலாம். அது எவ்வளவுக்கு எவ்வளவு ஆழமானதாக இருக்கிறதோ, அவ்வளவுக்கு அவ்வளவு கைகூடும் வாய்ப்பும் அதிகமாக இருக்கிறது.

ஒளிமயமான எதிர்காலம் என் உள்ளத்தில் தெரிகிறது,
இந்த உலகம் பாடும் பாடல் ஓசை காதில் விழுகிறது.

எனும் பிரபலமான திரைப்படப் பாடலை அனைவரும் கேட்டிருக்கிறோம்.

நால்வகை மதமும் நாற்பது கோடி மாந்தரும் வருகின்றார் – அந்த
நாயகன் தானும் வானிலிருந்தே பூமழை பொழிகின்றார்.
மாலை சூடி எங்கள் செல்வி ஊர்வலம் வருகின்றாள்,
வாழ்க வாழ்க கலைமகள் வாழ்க என்றவர் பாடுகின்றார்.

இந்தப் பாடலில் எதிர்காலத்தில் நடக்கவிருக்கும் ஒரு நிகழ்வைப் பற்றி ஒருவர் 'இப்போது, இங்கே' நிகழ்காலத்தில் ஆழமாகக் கனவு கண்டுகொண்டிருக்கிறார். இதைப் போலவே மகாகவி பாரதியார் தான் அடைய விரும்பும் எதிர்காலத்தை எவ்வளவு தெளிவாக, விரிவாக, அழகாகக் கற்பனை செய்து, தன் மனக்கண் முன்னால் நிறுத்திக் கனவு காணுகிறார் பாருங்கள்:

காணி நிலம் வேண்டும் – பராசக்தி
காணி நிலம் வேண்டும்; – அங்குத்
தூணில் அழகியதாய் – நன்மாடங்கள்
துய்ய நிறத்தினவாய் – அந்தக்
காணி நிலத்திடையே – ஓர் மாளிகை
கட்டித் தரவேண்டும்; – அங்குக்
கேணியருகினிலே – தென்னைமரம்

கீற்று மிளநீரும்
பத்துப் பன்னிரண்டு – தென்னைமரம்
பக்கதிலே வேணும்; – நல்ல
முத்துச் சுடர்போலே – நிலாவொளி
முன்பு வரவேணும்; அங்குக்
கத்துங் குயிலோசை – சற்றே வந்து
காதிற் படவேணும்; – என்றன்
சித்தம் மகிழ்ந்திடவே – நன்றாயிளந்
தென்றல் வரவேணும்.

பாட்டுக் கலந்திடவே – அங்கே யொரு
பத்தினிப் பெண்வேணும்; – எங்கள்
கூட்டுக் களியினிலே – கவிதைகள்
கொண்டு தரவேணும்; – அந்தக்
காட்டு வெளியினிலே; – அம்மா! நின்றன்
காவலுற வேணும்; என்றன்
பாட்டுத் திறத்தாலே – இவ்வையத்தைப்
பாலித் திடவேணும்.

இப்படி திரும்பத்திரும்ப, தெள்ளத்தெளிவாக உயிரோட்டத்துடன் கனவு காணும்போது, ஆழ்மனம் இதை உள்வாங்கி உயிர்ப்பிக்கிறது. இதுதான் எதிர்காலவியல் முயற்சி, பயிற்சியாகும்.

தமிழரின் எதிர்காலம்

ஈழத் தமிழர் தமிழ் ஈழம் அமைத்துக்கொண்டு தன்னிறைவோடு வாழ வழிவகைகள் செய்துகொள்ளட்டும். நிச்சயமாக அவர்கள் செய்துகொள்வார்கள். அதற்கான திறனும் தகுதியும் அவர்களுக்கு இருக்கிறது. கவலைப்பட வேண்டிய நிலையில் இருப்பவர்கள் தமிழகத் தமிழர்கள்தான். நமக்கு உகந்த அரசியல் அமைப்பைத் தேர்ந்துகொள்வோம். அதை அடைவதற்கு இன்றே, இப்போதே கனவுகாணத் தொடங்குவோம். அதன் ஓர் அம்சமாக நமது வரலாற்றைத் தெரிந்துகொள்வோம். பிளேட்டோ முதல் நேட்டோ வரை பேசும் ஐரோப்பிய வரலாறும், ஆரியர் படையெடுப்பு முதல் ஆங்கிலேயர் ஆதிக்கம் வரை பேசும் இந்திய வரலாறும் மட்டும்

தெரிந்துகொண்டால் போதாது. தமிழர்களாகிய நாம் யார், நமது முன்னோர்கள் யார், அவரது வெற்றிகள்/தோல்விகள், சாதனைகள்/வேதனைகள், பெருமைகள்/சிறுமைகள், பலங்கள்/பலவீனங்கள் என்னென்ன என்றெல்லாம் சமநிலையோடு, முதிர்ச்சியோடு, ஆய்வுக் கண்ணோட்டத்தோடு அறிந்துகொள்வது அவசியம். மதவாதம், சாதீயம், நிலப்பிரபுத்துவம், ஆணாதிக்கம், பெண்ணடிமைத்தனம், முதியோராதிக்கம், ஊழல், சுரண்டல், வளம் அழிப்பு, வருங்காலம் பேணாமை போன்ற கொடுமைகள், பிரச்சினைகள் பற்றிய வரலாற்றுப் பதிவுகளை, புத்தகங்களைத் தேடிப்பார்த்துப் படிப்பது, தெரிந்துகொள்வது முக்கியம்.

பொருளாதாரம் பற்றிப் பொதுவாகவும், தமிழகப் பொருளாதாரம் பற்றி ஆழமாகவும் அறிந்துகொள்வது மிக முக்கியம். "பொருளில்லார்க்கு இவ்வுலகம் இல்லை" எனும் வள்ளுவர் கூற்று முற்றிலும் உண்மை. ஆனால் பொருள் மட்டுமே உலகம் அல்ல என்பதையும் இந்த உலகமயமாதல் பேராசைச் சூழலில் நாம் புரிந்திருக்க வேண்டும். வளர்ச்சி என்றால் என்ன, வடக்கத்திய நாடுகளின் வளர்ச்சி சித்தாந்தத்தின் கேடுகள் என்ன, முன்னேற்றம் என்ற பெயரில் வந்துசேரும் பொல்லாங்குகள் என்ன, நமது வாழ்வாதாரங்களைக் காத்திட வேண்டிய தேவை என்ன, நம் மக்களுக்கு எப்படி வேலைவாய்ப்புக்களை உருவாக்குவது, எல்லாருக்கும் எல்லாமும் கிடைப்பதற்கு முன்னால் அடிப்படைத் தேவைகளையாவது அவசரகதியில் கொடுப்பது எப்படி என்றெல்லாம் சிந்தித்துச் செயல்பட்டாக வேண்டும்.

தமிழ்க் கலாச்சாரம், இலக்கியம், இயல் – இசை – நாடகம் எனும் மும்மை, சமய நம்பிக்கைகள், சாதி – மதக் குளறுபடிகள், பெண் விடுதலை, தலித் மக்கள், ஆதிவாசிகள், மீனவர்கள் விடுதலை என அனைத்து விடயங்கள் பற்றியும் நாம் விலாவாரியாகப் பேச வேண்டும், அலச வேண்டும். *'தினமணி'* தனது யூலை *30, 2012* தலையங்கத்தில் குறிப்பிட்டுள்ள ஒரு கருத்து கவனிக்கத் தக்கது: "தமிழகத்தின் கோயில் சிலைகள் எதுவுமே ஆவணப்படுத்தப்படவில்லை. இத்தகைய கலைப்பொக்கிஷங்களைப் பாதுகாக்க வேண்டும் என்ற உணர்வே நமக்கு அண்மையில் ஏற்பட்டதுதான். தமிழனின் பெருமையைத் தமிழன் உணராமல் வாழ்ந்து வருவதற்கு இதுவும் ஒரு சான்று." நமது பலத்தை நாம் அறியாமல் இருக்கும்போது பிறர் நம் பல்லைப் பிடித்துப் பார்ப்பதில் ஆச்சரியம் இருக்க முடியாது. ஜல்லிக்கட்டு, எருதாட்டம் போன்ற நமது கலாச்சாரத்தின் வீர விளையாட்டுகளுக்குக்கூட

உச்சநீதிமன்றத்தில் அனுமதி வாங்க வேண்டிய நிலையில் நாம் இருக்கிறோம். எது நல்லது, எது கெட்டது என்று தீர்மானிக்க வேண்டியவர்கள் நாமே தவிர, மற்றவர்கள் அல்ல. நல்லவற்றைத் தக்கவைத்துக்கொண்டு, அல்லாதவற்றைத் தூக்கி எறிவது நமது பொறுப்பு. இதில் தலையிடும் உரிமை யாருக்கும் கிடையாது. 'பழையன கழிதலும், புதியன புகுதலும்' பற்றி தமிழர்களாகிய நாம் நன்றாகவே அறிவோம்.

இப்படி நம் வாழ்வின் அனைத்து அம்சங்கள் பற்றியும் அலசி, ஆராய்ந்து, வருங்காலத் தேவைகளையும் கருத்திற்கொண்டு, ஓர் "ஒளிமயமான எதிர்கால"த் தமிழகத்தை மனக்கண்ணில் நிறுத்தி, தமிழர்கள் கனவு காணத் துவங்குவது காலத்தின் கட்டாயம்.

தமிழகத்தின் உடனடித் தேவை: தமக்கெனப் போராடும் தமிழ் மக்கள் கூட்டமைப்பு

நவம்பர் 12, 2013 இரவு "தமிழர் உணர்வுகளை மதிக்காத" மத்திய அரசுக்கு எதிராக சட்டமன்றத் தீர்மானம்! மறுநாள் நவம்பர் 13, 2013 அன்று காலை தமிழர் உணர்வுகளைக் காலில் போட்டு மிதித்தழித்து, முள்ளிவாய்க்கால் நினைவுமுற்றச் சுற்றுச் சுவர்களை, பூங்காவை அத்துமீறி இடித்துத்தள்ளி காட்டு தர்பார்! ஜெயலலிதா தமிழக முதல்வராகவும், இந்தியப் பிரதமராகவும் இரட்டை வேடத்தில் நடித்த "அம்மான்னா சும்மாவா?" படத்தின் அடுத்தடுத்த பரபரப்புக் காட்சிகள் இவை. சினிமா படம் பார்த்தே சீரழிந்துபோன தமிழர்களே, இந்த பாசிஸ்டு படத்தையும் பாருங்கள். கைக்கொட்டிச் சிரியுங்கள், உங்கள் தலைவிதியை நினைத்து.

ஈழத் தமிழரின் தாயகத்திலும் சரி, இங்குள்ள தமிழரின் தமிழகத்திலும் சரி தமிழர் நாம் அடிமைகளாகவே இருக்கிறோம். பச்சைத் துரோகிகளும் பாசிஸ்டுகளும் நமது அரசியலை, எதிர்காலத்தைத் தீர்மானிக்கிறவரை நாம் அடிமைகளாகத்தான் இருப்போம். தமிழ் மக்கள் உயிருக்கும் மதிப்பில்லை. அவர்கள் உயிர் ஈந்ததை நினைவில் நிறுத்தும் நினைவுச் சின்னத்துக்கும் மதிப்பில்லை.

தமிழின எதிர்ப்பு அரசியல் நம்மைச் சுற்றி சக்தியோடு இயங்கிக்கொண்டிருக்கிறது. சானல் 4 வெளியிட்ட குழந்தை பாலச்சந்திரன் படுகொலைக் காணொளி, தங்கை இசைப்பிரியா படுகொலைக் காணொளி போன்றவை நம்மையெல்லாம் குலைநடுங்கச் செய்திருக்கின்றன. நவம்பர் 4, 2013 அன்று முள்ளிவாய்க்கால் நினைவு முற்றம் தொடர்பாக நடத்தப்பட்ட மாணவர் சுடர்ப் பயணங்கள் தமிழகமெங்கும் முறியடிக்கப்பட்டு, அந்த இளைஞர்கள் கைது செய்யப்பட்டனர், அடித்து நொறுக்கப்பட்டனர். இலங்கையில் காமன்வெல்த் மாநாடு நடைபெறக் கூடாது, இனப்படுகொலைக் குற்றவாளியான மகிந்த ராஜபக்சேவுக்கு அந்த மரியாதையைக் கொடுக்கக்கூடாது, இந்தியா அந்த மாநாட்டில் கலந்துகொள்ளக் கூடாது என்று ஒட்டுமொத்த தமிழகமே போராடியது. இதற்காகக் குரல் கொடுத்த தோழர் கொளத்தூர் மணி பொய் வழக்கு ஒன்றில் தேசியப் பாதுகாப்புச் சட்டத்தில் கைது செய்யப்பட்டு சேலம் மத்திய சிறையில் அடைக்கப்பட்டார். காமன்வெல்த் மாநாட்டுக்குப் பிரதமர் மன்மோகன் சிங் போகமாட்டார்; ஆனால் அவரது வெளியுறவுத் துறை அமைச்சர் போவார்; தான் ஏன் கலந்துகொள்ளவில்லை என்ற விளக்கக் கடிதம் ஒன்றைக் கொழும்பு ஆட்சியாளர்களுக்கு சிங் அனுப்புவார் என்றெல்லாம் அரசியல் நாடகங்கள் நடத்தப்பட்டன.

இப்படியாக நாடகமாடி, நயவஞ்சகமாகச் செயல்பட்டுத் தமிழர்களை ஏமாற்றி விடலாம் என்று தமிழகத்தின் பெரிய கட்சிகளும், அவற்றின் கள்ள உறவுகளும் கனவு கண்டுகொண் டிருக்கிறார்கள். தமிழ்த் தேசியக் கொள்கையும் உணர்வும் கொண்ட தமிழகக் கட்சிகளும், அவற்றின் தலைவர்களும் தமக்குள் பிணங்கிக்கொண்டு பிரிந்துகிடப்பது நமது வருங்காலமும் பிரகாசமாக இல்லை என்பதைக் கோடிட்டுக் காட்டுகிறது. ஒருவிதக் கவலையும் பயமும் ஆட்கொள்கின்றன.

இந்த நிலையில் தமிழகத்தின் உடனடித் தேவை, தமக்கெனப் போராடும் தமிழ் மக்கள் கூட்டமைப்பு ஒன்று உருவாக்கப்படுவதுதான். தேர்தல் அரசியலில் பங்கேற்கும் தமிழக அரசியல் களத்தில் அற்புதமாகப் பணியாற்றிக் கொண்டிருக்கும் முற்போக்குக் கொள்கைகள் கொண்ட அரசியல் கட்சிகள் உடனடியாகக் கூடிப்பேசியாக வேண்டும். தேர்தல் அரசியலில் கலந்துகொள்ளாத அமைப்புக்களும் இந்த ஒருங்கிணைப்புப் பணியில் உதவ முன்வர வேண்டும். பல்வேறு சமூக இயக்கங்களும், மகளிர், மாணவ, சுற்றுச்சூழல் அமைப்புக்களும், அவற்றில் மும்முரமாய் நின்று பணிபுரியும்

தோழர்களும் இந்தக் கூட்டு முயற்சிக்குத் தோள் கொடுக்க வேண்டும். வலது சாரிகளாக, பிற்போக்கு சக்திகளாக, சந்தர்ப்பவாதிகளாக, பிழைப்புவாதிகளாக இல்லாத பட்சத்தில் அனைவரும் விருப்பு வெறுப்பின்றி இணைத்துக் கொள்ளப்பட வேண்டும்.

இங்கே விடப்படும் அழைப்பு தமிழ் மக்களின் அழைப்பு என்பதைத் தயவு செய்து நினைவில் கொள்ளுங்கள். எங்களுக்கு எதிராக சாதி அரசியலைக் கையிலெடுப்பவர்களோடு நாங்கள் எப்படி அணிசேர முடியும் என்று சிலர் அங்கலாய்க்கலாம். இந்தச் சாதிப் பிரிவுகளைத் தாண்டி கைகோத்து நின்றவர்கள் தானே நீங்கள். மனமுண்டானால் மார்க்கமுண்டு; இன்னும் அப்படிச் செய்ய முடியும். எங்களிடமிருந்து பிரிந்து சென்றவர்களோடு எப்படிச் சேருவது என்று சிலர் விசனப்படலாம். பொது வாழ்க்கையில் பிரிவதும் கூடுவதும் இயல்புதானே? கணவனும் மனைவியும், பெற்றோரும் பிள்ளைகளும், சகோதர சகோதரிகளுமே பிரியும்போது, பேசாதிருக்கும்போது அரசியல் கொள்கைகளுக்காக நிற்கும் நாம் பிணங்குவது இயற்கைதானே? இந்தக் கூட்டமைப்புக்கு யார் தலைமை தாங்குவது என்ற கேள்வி எழலாம். இது குறித்து மேற்குறிப்பிட்ட அமைப்புகளுக்குள், தலைவர்களுக்குள் ஓர் இணக்கம் எழவில்லையென்றால் ஒரு தமிழ்ப் பாட்டியை தலைவராக்குவோம். கூட்டத்தில் யார் கடைசியாகப் பேசுவது என்ற பிரச்சினை எழலாம்; இதுவும் ஒரு தலை போகும் பிரச்சினை அல்ல. பிளவுகள், பிரிவினைகள் பற்றி பேதலிக்காமல், இணக்கங்கள், இணைக்கும் பாலங்கள் பற்றிப் பேசுவோமே? வாய்விட்டுச் சிரித்தால் நோய்விட்டுப் போகும் என்பதுபோல, மனம் விட்டுப் பேசினால், வழி பிறக்கும் என்பது உறுதி.

இது தமிழ் மக்களின் வெற்று வேண்டுகோள் அல்ல, வெறும் விருப்பமும் அல்ல; கட்டளை, அன்புக் கட்டளை. காட்டாற்றுத் தண்ணீரில் மூழ்கிக்கொண்டிருக்கும் எங்களைக் காப்பாற்றுங்கள் எனும் அலறல், அழுகை, அபயக்குரல். தில்லி ஏகாதிபத்தியமும் அமெரிக்க ஏகாதிபத்தியமும் ஒரு புறம் நெருக்க, சீன ஏகாதிபத்தியமும், சிங்களப் பேரினவாதமும் இன்னொரு புறம் அடிக்க, அண்டை மாநிலங்கள் தண்ணீர்கூட தரமாட்டோம் என மறுக்க, உலகின் ஆபத்தான திட்டங்கள் எல்லாம் தமிழ் மண்ணில் செழிக்கத் தமிழினம் அழிந்துகொண்டிருக்கிறது. ரோமாபுரி தீப்பற்றி எரிந்து கொண்டிருந்தபோது நீரோ பொறுப்பின்றிச் செயல்பட்டது

போல் தமிழர்களைக் காக்க வந்த இயக்கங்களும் தலைவர்களும் வாளாவிருக்கலாமா? அனைவரும் ஒன்றுகூடி பேசி, பொது அடிப்படை செயல்திட்டம் ஒன்றை உடனடியாக உருவாக்கியாக வேண்டும். தமிழகத்தின் பெரிய கட்சிகளைத் தமிழ் மக்கள் முழுமையாக நம்பவில்லை; ஆனால் மாற்று இல்லாததாலும், அவர்களின் கோபத்தைத் தெரிவிக்க வேறு வழியில்லாததாலும் பச்சைத் துரோகிகளையும் பாசிஸ்டுகளையும் மாற்றிமாற்றி தேர்ந்தெடுத்துக்கொண்டிருக்கிறார்கள் என்பதுதான் உண்மை.

விளப்பில்சால எனுமிடத்தில் திருவனந்தபுர நகரக் கழிவுகளை எல்லாம் கொட்டும் திட்டத்திற்கு எதிராக அந்தப் பஞ்சாயத்து மக்கள் தொடர்ந்து 1,000 நாட்கள் போராடிக் கொண்டிருக்கிறார்கள். ஆயிரமாவது நாள் போராட்டத்துக்கு இடிந்தகரைப் போராட்டப் பெண் தலைவர்களை அழைத்தார்கள். "தயவு செய்து எந்தக் கட்சியையும் தாக்கிப் பேசிவிடாதீர்கள்; ஏனென்றால் அனைத்துக் கட்சிகளுமே எங்களுக்கு ஆதரவாக இருக்கிறார்கள்" என்று அறிவுறுத்திச் சென்றார்கள் போராட்டக் குழுவினர். இந்த அரசியல் ஒற்றுமையாலும் பலத்தாலும்தான் கேரளம் "கடவுளின் சொந்த தேசமாக" விளங்கிக்கொண்டிருக்கிறது. கூடங்குளம், கல்பாக்கம், தேவாரம் நியூட்ரினோ, மதுரை அணுக்கழிவு ஆய்வு மையம் போன்ற குப்பைகளெல்லாம் தமிழகத்துக்கு வருகின்றன.

கூடங்குளம் அணுக் கழிவுகளைக் கர்நாடக மாநிலம் கோலார் தங்கச் சுரங்கங்களில் கொண்டுபோய் புதைப்போம் என்று அணுசக்தித் துறை உச்சநீதிமன்றத்திடம் உறுதியளித்தது. எரிமலையே எதிர்பாராது வெடித்தது போல் கர்நாடக மக்கள் உடனடியாக வெகுண்டெழுந்தனர். அப்போதைய கர்நாடக முதல்வர் பா.ஜ.க.வைச் சார்ந்த ஜெகதீஷ் ஷெட்டர் அந்தத் திட்டத்தைக் கடுமையாக எதிர்த்தார். கோலாரில் மட்டுமல்ல கர்நாடகத்தில் வேறு எங்குமே வைக்க முடியாது என்று கர்ஜித்தார். கர்நாடகத்தைச் சார்ந்த மத்திய அமைச்சர் காங்கிரசுக்காரரான வீரப்ப மொய்லி இந்தத் திட்டத்தை நடைமுறைப்படுத்த விடமாட்டோம் என்று சூளுரைத்தார். கர்நாடக அ.தி.மு.க. ரத்தத்தின் ரத்தங்கள்கூடத் தெருக்களிலே இறங்கிப் போராடினர். வெறும் மூன்று நாட்களில் கோலார் திட்டம் குப்பையிலே போடப்பட்டது. காரணம் கர்நாடக அரசியல் கட்சிகள் எல்லாம் கர்நாடக மக்களுக்காகப் பாடுபடுகின்றனர்.

ஆனால் இங்கே தமிழகத்தில்? பா.ஜ.க., காங்கிரசுக்காரர்கள் தேசபக்தியில் திளைத்து, தமிழரைக் காட்டிக்கொடுக்கின்றனர். கூடங்குளம் அணுஉலையை எதிர்க்கும் மக்களான மீனவர்களும், விவசாயிகளும் தலித் மக்களும் தேசத் துரோகிகளாகிறார்கள். ஆனால் அணுக் கழிவை ஏற்றுக்கொள்ளாத ஷெட்டர்கள், மொய்லிகள், ர.ர.க்கள் எல்லாம் தேசபக்தர்கள் ஆனார்கள். தி.மு.க. உ.பி.க்களும், அ.தி.மு.க. ர.ர.க்களும் "தமிழ், தமிழன், தமிழினம்" என்று பசப்பு மொழி பேசியே பச்சைத் துரோகம் செய்கின்றனர். அமெரிக்க, பிரான்சு நாட்டு அணுஉலை இந்தியாவில் வேண்டாம் என்கிற சி.பி.ஐ., சி.பி.எம். காம்ரேடு கள் இரஷ்ய அணுஉலைமேல் காமம் கொண்டு நிற்கின்றனர். ஆனால் அதே ரஷ்ய அணுஉலைகூடக் கேரளாவில் வரக் கூடாது என்பதிலும் குறியாய் இருக்கின்றனர்.

கேரளத்து மீனவர் இருவர் இத்தாலி நாட்டு மாலுமிகளால் கொல்லப்பட்டபோது ஒரு குடும்பத்துக்கு இரண்டு கோடி ரூபாய் இழப்பீடு வழங்கப்பட்டது. தமிழகத்தில் இதுவரை கிட்டத்தட்ட 600 மீனவர்கள் இலங்கைக் கடற்படையால் கொல்லப்பட்டிருக்கிறார்கள். இன்னும் அதிகமானோர் முடமாக்கப்பட்டிருக்கிறார்கள். அதைவிட அதிகமானோர் சிறைச்சாலைகளிலே முடக்கப்பட்டிருக்கிறார்கள். இழவுக்காகப் பிறந்தவர்களுக்கு ஏது இழப்பீடு? இடிந்தகரை போராட்டத்திலே தமிழகப் போலீசால் சுட்டுக்கொல்லப்பட்ட மணப்பாடு அந்தோணி ஜான் உயிருக்கான விலை வெறும் ஐந்து லட்சம் ரூபாய். இடிந்தகரையில் கடலோரப் பாதுகாப்புப் படை விமானத்தால் தாக்கிக் கொல்லப்பட்ட சகாயம் பிரான்சிஸ் குடும்பத்துக்கு அந்த மரியாதைகூடக் கிடையாது. வருவாய் ஏதுமின்றி வறுமையில் தவிக்கும் நான்கு பச்சைக் குழந்தைகளுக்கும், கல்வியறிவில்லாத அவர்களின் தாய்க்கும் எந்த உதவியும் செய்யவில்லை தமிழக அரசு. அரசை எதிர்ப்பவனுக்கு, கேள்வி கேட்பவனுக்கு, அவனது குடும்பத்துக்கு உதவியாவது, ஒன்றாவது எனும் மமதைதான் ஆட்டம் போடுகிறது.

கேரள, கர்நாடக அரசியல் கட்சிகளும் தலைவர்களும் மக்களுக்காக வாதிட்டு சாதிக்கின்றனர். தமிழகத்திலோ, சக்திமிக்க அரசியல் கட்சிகளும் தலைவர்களும் கடிதம் எழுதிக்கொண்டும், கதை சொல்லிக்கொண்டும் நம் காதுகளில் பூசுற்றிக்கொண்டிருக்கின்றனர். ஏனையோர் ஒன்றுகூடாமலிருப்பதற்கு ஓராயிரம் வாதங்களை வைத்துக்

கொண்டு, வழிகளைத் தேடிக்கொண்டு முன்னவர்களுக்கு முடிந்த வகையிலெல்லாம் உதவிகள் செய்துகொண்டிருக்கிறோம்.

தமிழ் மக்களுக்கு இயன்றதையெல்லாம் இங்கே, இப்போதே செய்ய விழையும் தலைவர்கள், இயக்கங்கள் உடனடியாகக் கூடிப் பேச வேண்டும்; ஒருவருக்கொருவர் உதவ வேண்டும். ஒருவேளை, தமிழகத் தலைவர்கள் இந்த இறுதிக்கட்டத்திலும் தமிழர்களைக் கைவிட்டால், "அடிமையாக வாழ்வது எப்படி?" என்று ஒரு கையேட்டைத் தயாரித்து, வீரம், மானம் என்பதையெல்லாம் மூட்டைகட்டி வைத்துவிட்டு, கையேட்டின்படி நடந்து, கைகட்டி, வாய்பொத்தி, தலைகவிழ்ந்து, முதுகு வளைந்து ஈன வாழ்க்கை வாழ்வதைத் தவிரத் தமிழர்களுக்கு வேறு வழியில்லை.

தமிழ் மாணவர் எழுச்சி

நீண்ட காலமாக எல்லாராலும் வஞ்சிக்கப்பட்டிருக்கும் தமிழினம், 'பொறுத்தது போதும்' எனப் பொங்கி எழுந்துகொண்டிருக்கிறது. குறிப்பாகத் தமிழகத்தில் 2013இன் துவக்கத்தில் நடந்த மாணவர் புரட்சி கனவா, கற்பனையா, காட்சிப்பிழையா என்று நம்மைக் கிள்ளிப்பார்க்கச் செய்தது. இந்த எழுச்சி 2009ஆம் ஆண்டே முழு வீச்சில் வரவேண்டியது. ஆனால் சில சுயநலவாத இனத்துரோகிகளால் அது மழுங்கடிக்கப்பட்டு, முடக்கப்பட்டது. தமக்கே உரித்தான இளமை வேகத்துடன், உரிமை தாகத்துடன், லட்சிய வாதத்துடன் தமிழக மாணவர்கள் ஓர் அற்புதமான போராட்டத்தை நடத்திக் காட்டினார்கள். தமிழின வரலாற்றின் ஒரு முக்கியமான அத்தியாயம் எழுதப்பட்டுக் கொண்டிருக்கிறது என்று உறுதியாக நினைக்கிறேன்.

அஸ்ஸாம், குஜராத், பீகார்

அசாம் மாநிலத்திலும் இப்படி ஓர் அரசியல் அதிசயம் நடந்தது. வங்காளதேச மக்கள் பல்லாயிரக்கணக்கில் அசாமுக்குள் அகதிகளாக ஊடுருவி, சமூகப் பொருளாதார அரசியல் பிரச்சினைகளை உருவாக்கியதை எதிர்த்து அசாம் மாணவர்கள் 1979ஆம் ஆண்டு போராடத் துவங்கினார்கள். வந்தேறிகளைக் கண்டுபிடித்து, வாக்காளர் பட்டியலிலிருந்து நீக்கி, அவர்களைத் தங்கள் நாட்டுக்குத் திருப்பி அனுப்புங்கள் என்று மாணவர்கள் கோரிக்கை வைத்தனர்.

இந்தக் குழப்பமான சூழலில் 1983ஆம் ஆண்டு மாநில சட்டசபைக்கு தேர்தல் நடந்தது; அதை மாணவர்கள் கடுமையாக எதிர்த்தார்கள். எனினும் ஹிதேஷ்வர் சைக்கியா என்பவர் தலைமையில் காங்கிரசு ஆட்சியமைத்தது.

ஆறாண்டு காலம் சனநாயக முறையில் அறவழிப் போராட்டமாக நடந்தது அந்தப் போராட்டம். பல சிறிய அரசியல் கட்சிகளையும் சமூக இயக்கங்களையும் தொழிற்சங்கங்களையும் இணைத்து “அசாம் கண சங்க்ராம் பரிஷத்” எனும் அமைப்பை உருவாக்கி மத்திய அரசுடன் பேச்சு வார்த்தையில் ஈடுபட்ட மாணவர்கள் ஆகஸ்ட் 15, 1985 அன்று ஓர் உடன்படிக்கையில் கையெழுத்திட்டார்கள். சைக்கியா அரசு நீக்கப்பட்டது. 1985 அக்டோபர் மாதம் அசாம் மக்களின் மாபெரும் மாநாடு ஒன்று நடத்தப் பட்டு அசாம் கண பரிஷத் எனும் அமைப்பு உருவாக்கப்பட்டது. மாணவர் போராட்டத்தை முன்னின்று ஒருங்கிணைத்த பிரஃபுல்ல குமார் மகந்தா புதிய கட்சியின் தலைவராகத் தேர்ந்தெடுக்கப்பட்டார். 1985 டிசம்பர் மாதம் நடந்த புதிய சட்டமன்றத் தேர்தலில் அறுதிப் பெரும்பான்மையோடு அக்கட்சி ஆட்சியைப் பிடித்தது. நாடாளுமன்றத்துக்கான 14 தொகுதிகளில் ஏழு தொகுதிகளைக் கட்சி வென்றது. மகந்தா இருமுறை முதல்வரானாலும், திறமைமிக்க தூய்மையான தலைவராக இயங்கவில்லை. பின்னர் காங்கிரசு ஆட்சியைப் பிடித்தது. அசாம் கண பரிஷத் கட்சி சிதறுண்டு, சின்னாப் பின்னமாகி 2008இல் மீண்டும் ஒன்றிணைந்தனர்.

இந்த அசாம் போராட்டத்திலிருந்து நமது மாணவர்கள் படிக்க வேண்டிய முக்கியமான பாடங்கள் பல உள்ளன. அங்கு மாணவர்கள் சாதி, மத, பிராந்திய உணர்வுகளுக்கு இடம்கொடாது, அசாமியர் எனும் ஒற்றை அடையாளத்துடன் கட்டுக்கோப்பாக ஒன்றிணைந்து இயங்கினார்கள். தொடர்ந்து சனநாயக முறையில் இயக்கத்தை நடத்தி அறவழியில் போராடினார்கள். பலமிக்க அமைப்பைத் தோற்றுவித்து, துவளாது, தொய்வடையாது தொடர்ந்து ஆறு ஆண்டுகள் போராடினார்கள். தமிழ் மாணவர்களும் இவற்றைச் செய்தால், தமிழினம் உறுதியாக வெல்லும்.

அசாம் போல குஜராத்திலும் ஒரு மாணவர் அற்புதம் நிகழ்ந்தது. 1973 யூலை மாதம் சிமன்பாய் பட்டேல் அங்கே முதல்வரானார். ஊழல் குற்றச்சாட்டுக்களும் விலைவாசி உயர்வும் மக்கள் மத்தியில் பெரும் அதிருப்தியை உருவாக்கியிருந்தன. டிசம்பர் மாதம் அகமதாபாத் நகரிலுள்ள ஒரு பொறியியல்

கல்லூரியின் மாணவர்கள் விடுதி உணவுக் கட்டண உயர்வை எதிர்த்து வேலைநிறுத்ததில் ஈடுபட்டனர். இதே பிரச்சினைக்காக இன்னொரு கல்லூரியின் மாணவர்களும் 1974 சனவரி மாதம் போராட்டத்தில் குதிக்கவே காவல்துறையோடு மோதல் ஏற்பட்டது. இதனால் குஜராத் கல்லூரி மாணவர்கள் அனைவரும் களத்தில் குதித்தனர். உணவு, கல்வி சம்பந்தமான இந்தப் போராட்டத்துக்கு மத்திய தரக் குடும்பங்களும் தொழிலாளர்களும் வழக்கறிஞர்களும் ஆசிரியர்களும் ஆதரவு அளித்தனர். "நவ் நிர்மாண் யுவக் சமிதி" எனும் அமைப்புத் தோற்றுவிக்கப்பட்டது.

போராளிகள் சிமன்பாய் பட்டேல் ராஜினாமா செய்ய வேண்டும் என வலியுறுத்தினர். 1974 சனவரி 10 அன்று அகமதாபாத், வதோதரா போன்ற இடங்களில் வன்முறை வெடித்தது. சனவரி 25 அன்று நடந்த மாநில அளவிலான ஒரு போராட்டத்தில் மக்களும் காவல்துறையும் 33 இடங்களில் மோதிக்கொண்டனர்; அரசு 44 நகரங்களில் ஊரடங்கு உத்தரவு பிறப்பித்தது. 1974 சனவரி 28 அன்று இராணுவம் வரவழைக்கப்பட்டது. அரசியல் அழுத்தங்களால் பிரதமர் இந்திரா காந்தி சிமன்பாய் பட்டேலை ராஜினாமா செய்யச் சொன்னார். பிப்ரவரி 9 அன்று அவர் ராஜினாமா செய்ய, சட்டமன்றம் தற்காலிகமாக முடக்கப்பட்டு, குடியரசுத் தலைவர் நிர்வாகத்துக்குள் குஜராத் கொண்டுவரப்பட்டது. இந்நிலையில் மாணவர்கள் 167 சட்டமன்ற உறுப்பினர்களில் 95 பேரை ராஜினாமா செய்ய வைத்தார்கள். மார்ச் மாதம் 12 அன்று காங்கிரசு (ஓ) கட்சித் தலைவர் மொரார்ஜி தேசாய் காலவரையற்ற உண்ணாவிரதத்தைத் துவக்க, நான்கே நாட்களில் சட்டமன்றம் கலைக்கப்பட்டது.

மொரார்ஜி தேசாய் மீண்டும் 1975 ஏப்ரல் மாதம் காலவரையற்ற உண்ணாவிரதத்தைத் துவக்கி மறு தேர்தல் நடத்தக் கோரினார். 1975 யூன் 10 அன்று தேர்தல் நடத்தப்பட்டு, 12 அன்று முடிவுகள் அறிவிக்கப்பட்டன. வரலாற்று சிறப்பு வாய்ந்த அந்த நாளில்தான் இந்திரா காந்திக்கு எதிராக அலகாபாத் உயர்நீதிமன்றம் தீர்ப்பளித்தது. இந்தியாவில் சனநாயகம் முடக்கப்பட, நெருக்கடிநிலை கொண்டுவரப்படக் காரணமாய் அமைந்தது இந்தத் தீர்ப்பு.

குஜராத் தேர்தலில் காங்கிரசு தோற்றது; காங்கிரசு (ஓ), ஜன்சங்க், லோக் தள் போன்ற கட்சிகள் சேர்ந்து ஜனதா மோர்ச்சா எனும் ஒரு கூட்டணியை அமைத்து ஆட்சியைப் பிடித்தனர். ஜெயபிரகாஷ் நாராயண் (ஜே.பி.) அவர்களின் முழுப்

புரட்சிக்குப் பலம் சேர்த்த இந்த "நவ் நிர்மாண்" போராட்டமும், அதனால் வந்த "ஜனதா மோர்ச்சா" அரசும் 1977ஆம் ஆண்டு இந்தியாவில் ஜனதா கட்சி ஆட்சி அமைக்கவும் முன்னு தாரணமாய் அமைந்தன.

"நவ் நிர்மாண்" போராட்டத்திலிருந்து நமது மாணவர்கள் படிக்க வேண்டிய பாடங்கள்: வன்முறையைத் தவிர்க்க வேண்டும்; உயிரிழப்பைத் தடுக்க வேண்டும்; மாநிலத்தின் அரசியல் சூழலை உள்வாங்கி, அனுசரணையான கட்சிகளின் ஆதரவைப் பெற வேண்டும்; மக்கள் உணர்வுகளைப் புரிந்து, அவர்கள் பிரச்சினைகளுக்கு முக்கியத்துவம் கொடுத்து, அவர்களை உங்களோடு வைத்துக்கொள்ள வேண்டும்.

பீகார் இயக்கம் 1974இல் பீகார் மாநில அரசின் ஊழல், அதிகார வரம்புமீறல்களுக்கு எதிராக மாணவர்களால் தொடங்கப்பட்டு, ஜெயபிரகாஷ் நாராயண் தலைமையில் தொடரப்பட்டது. 1974 சனவரி 21 அன்று மாநிலம் தழுவிய போராட்டத்துக்கு எதிர்க்கட்சிகள் அழைப்பு விடுத்தன. பிப்ரவரி 18 அன்று பாட்னா பல்கலைக்கழக மாணவர்கள் மாநிலம் முழுவதுமுள்ள மாணவர்களை அழைத்து ஒரு மாநாடு நடத்தினார்கள். கல்வி, உணவு போன்ற பிரச்சினைகள் பற்றி விவாதித்த அம்மாநாடு "பீகார் சாத்ர சங்கர்ஷ் சமிதி" என்ற ஓர் அமைப்பைத் துவங்கி லாலு பிரசாத் யாதவை தலைவராகத் தேர்ந்தெடுத்தது. மார்ச் 18 அன்று சமிதி பீகார் சட்டமன்றத்தை முற்றுகையிட்டது. பொதுச் சொத்துக்கள் சேதமாக்கப்பட்டன. முதல்வர் அப்துல் கஃபூர் மாணவர் கோரிக்கைகளைப் பரிசீலிப்பதாக வாக்குறுதி அளித்தாலும் போராட்டம் தொடர்ந்தது. துப்பாக்கிச்சூட்டில் மூன்று மாணவர்கள் உயிரிழந்ததும் பீகார் மாநிலமே பற்றி எரிந்தது. மார்ச் 23 அன்று மாநிலம் தழுவிய போராட்டம் நடத்தப்பட்டது.

குஜராத்துக்குப் போய்வந்த ஜே.பி. சமிதியின் அழைப்பின் பேரில் பீகார் போராட்டத்தை வழிநடத்த முன்வந்தார். ஏப்ரல் 8 அன்று பத்தாயிரம் மாணவர்கள் பாட்னாவில் அமைதிப் பேரணி நடத்தினர். ஏப்ரல் 12 அன்று நடந்த "அரசை செயலிழக்கச் செய்வோம்" எனும் போராட்டத்தினால் 12 பேர் கொல்லப்பட்டபோது, மக்கள் சாலை மறியலில் இறங்கினர்; ஊரடங்கு சட்டம் பல இடங்களில் அறிவிக்கப்பட்டது. அனைவரும் தொடர்ந்து சட்டமன்றத்தைக் கலைக்க கேட்டுக் கொண்டிருந்தனர். பேரணிகளும், கைதுகளும் தொடர்ந்தன. ஜே.பி. இளையோரைச் சமூக நடவடிக்கைகளில் ஈடுபடச்

சொல்லி சமுதாய மறுமலர்ச்சியைக் கொணர முயன்றார். அதை முழுப் புரட்சி என்றழைத்தார்.

மூடப்பட்டுக் கிடந்த கல்லூரிகள் ஒவ்வொன்றாகத் திறந்து தேர்வுகளை நடத்த எத்தனித்தன. ஜே.பி. மாணவர்களிடம் தேர்வுகளைப் புறக்கணிக்கச் சொன்னார்; ஆனால் அது பெரிய அளவில் வெற்றி பெறவில்லை. அதே போல் சட்டமன்ற உறுப்பினர்களை பதவி விலகச் சொன்னார்; அதுவும் பெரிய வரவேற்பைப் பெறவில்லை. இந்நிலையில் இந்திரா காந்திக்கு எதிராக அலகாபாத் உயர்நீதிமன்றம் தீர்ப்பளித்தவுடன், தனது பதவியையும் அதிகாரத்தையும் தக்கவைத்துக்கொள்ள 1975 ஜூன் 25 அன்று நெருக்கடி நிலையை அறிவித்தார் இந்திரா காந்தி. 1974 நவம்பர் 18 அன்று மாபெரும் பீகார் பேரணி ஒன்றில் பேசிய ஜே.பி. இந்திரா காந்தி அரசை விரட்டும்படி மக்களைக் கேட்டுக்கொண்டார். ஜே.பி. கைது செய்யப்பட்டு சண்டிகர் சிறையில் அடைக்கப்பட்டார். அவரது உடல் நலம் மிக மோசமாக பாதிக்கப்பட்டது.

சனநாயக கட்டமைப்புக்குள் போராடுவதுதான் உசிதம் என்றுணர்ந்த ஜே.பி. எதிர்க்கட்சிகளை ஒருங்கிணைத்து ஜனதா கட்சியைக் கட்டியெழுப்பினார்.

1977 மார்ச் 21 அன்று நெருக்கடி நிலை நீக்கப்பட்டு, தேர்தல் அறிவிக்கப்பட்டது. ஜே.பி.யின் பெருமுயற்சியால் முதல் காங்கிரசு அல்லாத அரசு மத்தியில் அமைக்கப்பட்டது. இந்த முயற்சியில் பாரதீய ஜன்சங்க் மற்றும் சங் பரிவார் அமைப்புக்களின் உதவியையும் பெற்று ஒரு வரலாற்றுப் பிழையையும் செய்தார். நம் மாணவர்கள் பீகார் இயக்கத்திலிருந்து பல போராட்ட உத்திகளையும், சனநாயக கட்டமைப்புக்குள் இயங்க வேண்டிய தேவையினையும், ஜே.பி. போன்ற ஆளுமைகளின் அத்தியாவசியத்தையும், மதவாத, பாசிச சக்திகளை எட்ட வைத்திருக்க வேண்டிய அவசியத்தையும் உணரலாம்.

தொடங்கிவிட்ட மாணவர்கள் எப்படித் தொடரலாம் என்பது பற்றி எனக்குத் தெரிந்த சில கருத்துக்களை இங்கே பதிவிடுகிறேன். ஏற்றுக்கொள்வதும் ஏற்றுக்கொள்ளாததும் உங்கள் விருப்பம், தெரிவு, உரிமை.

களத்தில் நிற்கும் கல்லூரிகள், மாணவர்கள் அனைவரும் அவரவர் கல்லூரியில் ஓர் ஒருங்கிணைப்புக் குழு ஏற்படுத்தியாக வேண்டும். இறுதியாண்டில் இருக்கும் மாணவர்கள் ஓரிரு மாதங்களில் வெளியே போய்விடுவார்கள் என்பதால்

அவர்களைத் தவிர்க்கலாம். பெண்கள், சிறுபான்மையினர், தலித் போன்ற அனைத்துத் தரப்பு மக்களையும் உள்ளடக்கிய 10 பேர் ஒருங்கிணைப்புக் குழுவை ஏற்படுத்தி, பொறுப்புகளைப் பகிர்ந்துகொள்ளுங்கள். தலைவர், செயலாளர் எனும் அடுக்கதிகார முறை வேண்டாம். பொது நிர்வாகம், மேடை நிர்வாகம், நிதி நிர்வாகம், தகவல் தொடர்பு, வெளியுறவு, சுகாதார வசதி என ஒவ்வொரு ஒருங்கிணைப்பாளருக்கும் ஒரு பொறுப்பைக் கொடுத்துவிட்டு, அனைவருமாகக் கூடி ஒருமித்த முடிவுகளை எடுங்கள்.

இந்த ஒருங்கிணைப்புக் குழு அவ்வப்போது கூடி இடம், பொருள், ஏவல் அறிந்து போராட்ட முடிவுகளை எடுக்கட்டும், தொடரட்டும். பெற்றோர், கல்லூரி நிர்வாகத்தினர், அரசியல், சமூகப் பிரமுகர்கள் யார் வேண்டுமானாலும் வரட்டும், ஆதரவு தரட்டும்; பேசவிடலாம், கருத்துக்களைக் கேட்கலாம். ஆனால் அவர்களை முடிவெடுக்க விடவேண்டாம். போராட்டம் நடக்கிற இடம் உங்கள் முழுக் கட்டுப்பாட்டில் இருக்கட்டும். பாதுகாப்பு உணர்வு, ஏற்பாடுகள் மிக முக்கியம். சமூக விரோதிகள் விஷமங்கள் செய்யாமலிருக்க, புழுப் பூச்சிகள் அண்டாமலிருக்க, காவல்துறையினரோடு மோதல் வராமலிருக்க முன்னேற்பாடுகள் அவசியம்.

உடனடியாக உங்கள் மாவட்டத்திலுள்ள ஊர்களில் நடக்கும் கல்லூரி மாணவ, மாணவியர் போராட்டங்களை ஓர் ஒருங்கிணைப்பாளர் தொலைபேசி அல்லது முகநூல் வழியாகவோ, அல்லது நேரில் சந்தித்தோ தொடர்பு ஏற்படுத்திக்கொள்வது மிக முக்கியம். அனைவருமாகச் சேர்ந்து ஒரு மாவட்ட ஒருங்கிணைப்புக் குழு ஏற்படுத்துவது மிகவும் இன்றியமையாதது. இன்னொரு ஒருங்கிணைப்பாளர் பிற மாவட்ட ஒருங்கிணைப்புக் குழுக்களுடனும் தொடர்பு ஏற்படுத்திப் பேசிக்கொண்டிருப்பது, தகவல் பரிமாறிக் கொள்வது மிக அவசியம்.

மாணவர்கள் பலம் மிக்கவர்கள். ஆனால் நம்மைப் பற்றிய மிகைப்படுத்தப்பட்ட மதிப்பீடு வேண்டாம். நாமெல்லாம் சே குவாராக்களும் அல்ல, இங்கே நடப்பது கியூபா புரட்சியுமல்ல. அதிகாரிகளுடன் பேச்சுவார்த்தை நடத்த நேரிடும்போது முன்னதாகவே கூடிப்பேசி முடிவெடுத்துவிட்டு, கருத்துப் பரிமாற்றக் கலையில் தேர்ச்சி பெற்ற வெளியுறவு ஒருங்கிணைப்பாளர் தலைமையில் பேசலாம். அரசு அதிகாரிகளிடம், காவல் துறை அதிகாரிகளிடம் மரியாதையாக ஆனால் உறுதியாகப் பேசுவதும், நமது இலக்கு இவையெனக்

குறிப்பிட்டுச் சொல்வதும், அதற்காக நமக்கு உதவக் கேட்டுக் கொள்வதும் நல்ல அணுகுமுறையாக இருக்கும். அதிகாரிகள் நம்மைப் பார்த்து பயப்படும்படியான, வெறுக்கும்படியான மொழி, உடல்மொழி, கோஷம், அணுகுமுறை, அராஜகம் வேண்டாம்.

அதுபோல ஊடகங்களைப் பயன்படுத்திக்கொள்வது முக்கியமானது. அவர்கள் கேட்கும் கேள்விகள் நமக்குப் பிடிக்கவில்லையென்றாலும், எரிச்சல் தந்தாலும் அவர்களை இணைத்துக்கொண்டு நடப்பதுதான் நல்லது. ஊடகங்களோடு ஒருவரே பேசுவது சிறப்பு; இதன் மூலம் வீண் குழப்பங்களைத் தவிர்க்கலாம்.

நமது கோரிக்கைகள் என்னென்ன, நமக்கு என்ன வேண்டும் என்பது நமக்குத் தெளிவாகத் தெரிந்திருக்க வேண்டும். தமிழ்க் கடலின் அந்தப் பக்கம் இருக்கும் நம் சொந்தங்கள் தங்கள் தாயகமாம் தமிழீழம் அமைத்துக்கொள்ள பொது வாக்கெடுப்பு நடத்த வேண்டும்; இனப்படுகொலை செய்த ராஜபக்சே கும்பல் மீது சுதந்திரமான சர்வதேச நீதி விசாரணை நடத்தப்பட்டு அவர்கள் சட்டப்படி தண்டிக்கப்பட வேண்டும். தமிழ்க்கடலின் இந்தப் பக்கம் உள்ள தமிழர் நிலையைப் பொறுத்தவரை, தமிழ் மக்களின் வளங்களையும் வாழ்வுரிமைகளையும் பாதுகாக்க வேண்டும்.

மத்திய, மாநில அரசுகள் போராட்டங்களையும் விரும்புவதில்லை, சமூக – பொருளாதார – அரசியல் ஏற்பாடுகளை மாற்றியமைக்கவும் விரும்புவதில்லை. சக்திமிக்க தேசியக் கட்சிகளும் பொதுவுடைமைக் கட்சிகளும் தத்தம் தலைமை சொல்வதைத் திருப்பிச் சொல்லிக் கொண்டிருப்பார்கள். இவர்கள் யாரையும் நம்ப முடியாது. தி.மு.க. – அ.தி.மு.க.வைப் பொறுத்தவரை யார் எக்கேடு கெட்டுப்போனாலும் பரவாயில்லை, அவர்களுக்கு தேர்தலில் வெற்றி வேண்டும், அதிகாரம் வேண்டும், அமைச்சர் பதவி வேண்டும், ஏராளமான பணம் வேண்டும்.

தி.மு.க.வைப் பொறுத்தவரை நாமெல்லாம் முட்டாள்கள், நம்மை இன்னும் தொடர்ந்து ஏமாற்றலாம் என்று பகற்கனவு கண்டுகொண்டிருக்கிறார்கள். அ.தி.மு.க.விலும் ஈழத்தமிழர் பாசமோ, இங்குள்ள தமிழர்மீது அன்போ எதுவும் கிடையாது. மேற்கண்ட கட்சிகள் அனைத்துமே முற்றிலுமாக முறியடிக்கப்பட வேண்டியவர்கள்.

புரட்சியைத் தொடங்குவது எளிது, ஆனால் தொடர்வது கடினம். ஒரு பெரும் புயலுக்கு நடுவே ஒரு சின்ன அகல்

விளக்கை அணையாமல் எடுத்துச் செல்லும் வித்தை போன்றது அது. அசாத்தியமானதல்ல என்றாலும் அசாதாரணமான சுய ஒழுக்கம், கட்டுப்பாடு அதிகம் தேவைப்படுகிறது. பொறுமையிழக்காமல், உறுதி பிறழாமல், நம்பிக்கையிழக்காமல் தொடர்ந்து முன்னேறுவதுதான் ஒரே வழி. தொலைநோக்குப் பார்வை, அறிவுபூர்வமான அணுகுமுறை, தொடர்ந்த கருத்துப் பரிமாற்றம் அவசியம் வேண்டும்.

போராட்டத்தை ஃபேஸ் புக் புரட்சியாக மாற்றி விடாமல், சிறு துண்டுப் பிரசுரங்கள், கையேடுகள், ஒட்டுப்படம் போன்றவற்றை அச்சடித்து, உங்கள் பகுதியில் வீடுவீடாகச் சென்று விநியோகித்து, மக்களைச் சந்தித்துப் பேசி உங்களுக்குத் தேவையான பொருளுதவியையும் கேட்டுப் பெறலாம். மக்கள் ஆதரவும் பொருளுதவியும் ஒருங்கே கிடைக்க இது ஒன்றே வழி. நமது கையில் இருக்கும் ஒரே மிகப் பெரிய ஆயுதம் தேர்தல்தான். அதை எப்படி பயன்படுத்துவது என்று சிந்திப்பது மிக முக்கியமானது.

பெற்றோரின் கடின உழைப்பையும் காசையும் பெற்று வாழ்கிற மாணவர்கள் அவர்களுக்கு உண்மையாக இருக்க வேண்டும். கூடவே சமூகக் கடமையை ஏற்றுக்கொள்வதால் அதற்காகவும் உழைக்க வேண்டும். இரண்டுமே முக்கியமானதால் இரு மடங்கு உழைப்பைக் கொடுக்க வேண்டும். இது ஒன்றும் கடினமானதல்ல. நேர மேலாண்மை ரகசியம் தெரிந்தால் போதும்.

“படிப்பைப் பார், தேவையற்ற வேலை எதற்கு” என்றெல்லாம் இடித்துரைப்பார்கள் பலரும். இப்படி நல்லவர் எல்லாருமே ஒதுங்கிப்போனதால்தான் ஓர் அவல நிலைக்குள் சிக்கிக் கிடக்கிறோம். எங்கள் உலகை நாங்கள் உருவாக்குகிறோம், எந்தக் கல்லூரியும் பேராசிரியரும் கற்றுத்தராத பல அற்புதமான வாழ்க்கைப் பாடங்களை நாங்கள் பயில்கிறோம் என்பதைத் தெளிவுபடுத்துங்கள். நாம் வளர நாடு வாழ்வது அவசியம்.

இருளுக்குள் உழன்றுகொண்டிருந்த தமிழினம் உங்களால் நம்பிக்கைப் பெற்றிருக்கிறது. தொடர்ந்து அறவழியில் போராடுங்கள். ஒற்றுமையாய்ப் போராடுங்கள். ஐம்பது வருடங்களாகத் தொடர்ந்து ஏமாற்றப்பட்டிருக்கிற நம் தமிழ் மக்களுக்கு ஒரு புதிய வாழ்வு உங்களால் உருவாகட்டும்!

கேள்விபதில்

இருட்டில் உழலும் தமிழினம் இனி என்ன செய்ய வேண்டும்?

தமிழினத்தைப் பொறுத்தவரை இந்தியாவின் நிலை என்ன?

ஈழ எழுத்தாளர் நிலாந்தன் 2005இல் எழுதிய கட்டுரை ஒன்றை ஓவியர் புகழேந்தி தனது நூல் ஒன்றில் குறிப்பிட்டிருக்கிறார். அந்தக் கட்டுரையின் வருங்காலம் பற்றிய சில அலசல்கள் கவனிக்கப்பட வேண்டியவை. தமிழ்நாட்டில் உள்ள பெரிய கட்சிகளும் இடதுசாரிகளும் ஈழத்தமிழர்களைக் கைவிட்டுவிட்டன. சக்தியற்ற சிறிய கட்சிகளும் சிற்றியக்கங்களும் தலித் இயக்கங்களும்தான் ஈழப் பிரச்சினையில் ஆர்வம் கொண்டுள்ளன. எனவே தமிழ்நாடு ஈழ மக்களின் பின்தளமாக இல்லை என்று தில்லி கொள்கை வகுப்பாளர்கள் மகிழ்ச்சி கொள்கின்றனர். "தனது உபகண்டப் பெருங்கலாச்சாரத்தின் 'ஒரு கூறாகக்' காணப்படுகின்ற; சிறிய ஆனால் புரிந்து கொள்ளக் கடினமான, வீரமிக்க ஒரு சனத்திரளைத் தொடர்ந்து வன்மத்தோடும் 'பெரிய இந்தியா' என்ற ஆணவத்தோடும் தில்லியிலுள்ள கொள்கை வகுப்பாளர்கள் அணுகமுயலும்" அரசியல் சூழலை அழகாகக் கோடிட்டுக் காட்டுகிறார் நிலாந்தன். சுருக்கமாகச் சொன்னால், தில்லியைப்

பொறுத்தவரை, ஈழம் ஒரு பிரச்சினை அல்ல, தமிழகம் ஒரு பொருட்டேயல்ல.

தமிழகத்தின் அரசியல் நிலைமை எப்படி இருக்கிறது?

தமிழினம் தமிழகத்திலுள்ள ஊழல்மிக்க, தன்னலவாத பெரிய கட்சிகளை, அவற்றின் தலைவர்களை உதறித் தள்ள வேண்டும். பெரும் ஊழல்களிலும் மோசமான வழக்குகளிலும் சிக்கி, திறமையான வழித்தோன்றல்களை உருவாக்கத் தவறி, எந்தவிதமான கொள்கைப் பிடிப்புமின்றி, வருங்கால இலக்குகளுமின்றித் தட்டுத்தடுமாறிக்கொண்டிருக்கும் அவர்களின் சாயம் வெளுக்கத் துவங்கிவிட்டது. தில்லி கொள்கை வகுப்பாளர்களின் கைகளில் சிக்கிய கைப்பாவைகள் போலவே அவர்கள் ஆடிக்கொண்டிருக்கிறார்கள். வெறும் வாய்ப்பந்தல் போட்டே நம் வாழ்வை அழித்தவர்கள் இவர்கள். பெரிய கம்யூனிஸ்ட் கட்சிகள் இரண்டும் தமிழக அரசியலில் ஒரு பொருட்டேயல்ல என்பதுதான் உண்மை.

தமிழகத்தில் உருப்பெற்றுக்கொண்டிருக்கும் தமிழ்த் தேசியம் வளர்த்தெடுக்கப்பட வேண்டும். ஆனால் வெற்றுப் பேச்சும், வாய்ச்சொல் வீரமும், வெறுப்பு மற்றும் ஆணவம் கொப்பளிக்கும் பாசிச அணுகுமுறையும், உத்திகளற்ற செயல்பாடும் கொண்ட வலதுசாரி தமிழ்த் தேசியம் கறிக்கு உதவாது. முற்போக்குச் சிந்தனையும், முரணில்லாக் கொள்கைகளும், செம்பச்சை விழுமியமும் கொண்ட மிதவாத தமிழ்த் தேசியம்தான் மாற்று. சமூக நீதியும், சமத்துவமும் கோலோச்சும்; மக்கள் அறிவியலை, தக்க தொழிற்நுட்பத்தை, நீடித்த நிலைத்த வளர்ச்சியை, இயற்கை வாழ்வாதாரங்களைப் பேணும் கலப்புப் பொருளாதாரம் செழித்தோங்கும்; மனித உரிமைகளும், அடிப்படைச் சுதந்திரங்களும், மனித மாண்பும் தழைத்தோங்கும் ஏற்பாட்டைத்தான் செம்பச்சைக் கொள்கையாய் ஏற்கிறோம். தமிழ்த் தேசிய வேரூன்றி, மனிதநேய கிளைபரப்பி, ஒரு மரம்போல் வாழ மனங்கொள்வோம்.

சிங்களப் பேரினவாதத்தின் நிலைப்பாடு என்ன?

சிங்களப் பேரினவாதம் தனக்கே உரிய நரித்தனத்தோடு சீனாவின் வலிமையை, தோழமையைக் காட்டி தில்லி கொள்கை வகுப்பாளர்களைத் தன்வயப்படுத்தி வைத்திருக்கிறது. சிங்கள வெறியர்கள் கடுகளவும் இந்தியாவை விரும்பவுமில்லை, நம்பவுமில்லை, மதிக்கவுமில்லை. இது இந்தியக் கொள்கை வகுப்பாளர்களுக்குப் புரியவில்லை. இந்தியாவைக் காட்டி சீனாவிடமிருந்தும், சீனாவைக் காட்டி இந்தியாவிடமிருந்தும்

கறந்துகொண்டிருக்கிறார்கள் சிங்கள வெறியர்கள். இந்தியாவும் சீனாவும் ஒன்று சேரும் வாய்ப்போ, தன்னை இனம்கண்டு கொள்ளும் நிலையோ வராது என்பது அவர்களுக்குத் தெளிவாகத் தெரியும். ஈழத் தமிழர்களையும் தமிழ் மீனவர் களையும் தொடர்ந்து அச்சுறுத்துவார்கள் அவர்கள்.

அப்படியானால் தமிழினத்தின் நம்பிக்கை நட்சத்திரம் தான் எது?

பல ஐரோப்பிய நாடுகளில் குடியேறத் துவங்கிய ஈழத்து இளைஞர்களை நேரில் சந்தித்து, சுமார் 27 ஆண்டுகளுக்கு முன்பு 1987 ஏப்ரல் தேதியிட்ட "தமிழ் உலகம்" இதழில் "அன்னிய மண்ணில் அகதிகளாய்" எனும் தலைப்பில் நான் ஒரு கட்டுரை எழுதினேன். "கடினமாக உழைத்து கண்ணியமாகவே இருப்பதனால், மேலை நாட்டு மக்கள் இவர்களிடம் வெறுப்பு காட்டவோ அல்லது இவர்களை வேறுபடுத்திப் பார்ப்பதோ இல்லை... ஆனால் துரதிருஷ்டவசமாக ஒரு சீரான அரசியல் ரீதியில் இவர்கள் ஒருங்கிணைக்கப்படவில்லை" என்ற எனது ஆதங்கத்தை வெளியிட்டேன். ஆனால் இன்றைய நிலைமை பெருமளவு மாறிவிட்டிருக்கிறது. அதை இன்னும் மாற்ற வேண்டும்.

ஈழத் தமிழர்கள் ஐரோப்பா, வட அமெரிக்கா போன்ற பகுதிகளில் காலூன்றி விட்டார்கள். ஐரோப்பிய, வட அமெரிக்க நாடுகள் புலம்பெயர் தமிழர்களை ஓர் அரிய வாய்ப்பாகப் பார்க்கின்றனர். நிலாந்தன் துல்லியமாக அறிவிக்கிறார்: "உழைப்பார்வமும் படிப்பில் வெறியும் சேமிப்பில் வெறியுமுடைய விவேகமும் வீச்சுழியும் மிக்க ஒரு தனித்தினுசான புலம்பெயர் சனத்திரளைத் தன்வயப்படுத்துவதன் மூலம் இந்த (தெற்காசிய)ப் பிராந்தியத்தில் எதிர்காலத்தில் தமக்குப் பிரகாசமான வாய்ப்புகள் உருவாகிவருவதாக அமெரிக்கா தலைமையிலான மேற்கு நாடுகள் நம்புகின்றன." அமெரிக்காவிலுள்ள செல்வாக்குமிக்க ஐரிஷ், யூத சமூகங்களைப் போல, அரசியல் அபிப்பிராயங்களை உருவாக்க வல்ல, அரசியல் அழுத்தங்களைப் பிரயோகிக்க வல்ல ஒரு சனத்திரளாக ஈழத் தமிழர்கள் உருவாகலாம் என்றும் நினைக்கிறார் நிலாந்தன். புலம்பெயர் தமிழர்கள் நிச்சயமாக நமது நம்பிக்கை நட்சத்திரங்கள். அதே போல, உலகெங்கும் பரந்து வியாபித்திருக்கும் தமிழ் மக்கள் தமிழகத்தோடும், தமிழகம் அவர்களோடும் சமூக – பொருளாதார – அரசியல் – கலாச்சாரத் தொடர்புகளை ஏற்படுத்திக்கொள்வதும், தொடர்வதும் மிகவும் அவசியம்.

புலம்பெயர் தமிழர்கள் என்ன செய்ய வேண்டும்?

புலம்பெயர் தமிழர்கள் தங்களை இன்னும் இறுக்கமாக, இணக்கமாக கட்டமைத்துக்கொள்ள வேண்டும். தமிழீழத்திலும் தமிழகத்திலும் மலேசியா, சிங்கப்பூர், மொரீசியஸ் போன்ற பிற நாடுகளிலுமுள்ள தமிழ் இளைஞர்கள் மேம்பாட்டுக்கு, முன்னேற்றத்துக்கு ஆவன அனைத்தும் செய்ய வேண்டும். திறமைமிக்க, பொருளாதார சக்தி கொண்ட, அரசியல் பின்புலமுள்ள ஒரு சர்வதேசக் குமுகமாக நாம் உருப்பெற உதவ வேண்டும். கனடியத் தமிழர் தேசிய அவை *(National Council of Canadian Tamils)*, அமெரிக்காவில் இயங்கும் உலகத் தமிழர் அமைப்பு *(World Tamil Organization)*, நாடு கடந்த தமிழீழ அரசு *(Transnational Government of Tamil Eelam)* போன்ற அமைப்புக்கள் இன்னும் பல்கிப் பெருக வேண்டும், பலம் பெற வேண்டும், படையணிகளாய் ஒன்றுதிரள வேண்டும்.

சர்வதேச அரசியலை தமிழினம் எப்படி எதிர்கொள்வது?

இந்தியாவுக்கும் சீனாவுக்கும் இடையேயான அவ நம்பிக்கை, பகைமை, போட்டி போன்றவற்றைப் பயன்படுத்தி மேற்கத்திய நாடுகள், குறிப்பாக அமெரிக்கா, இந்தியாவோடு நெருங்கிக்கொண்டிருக்கிறது. புலம்பெயர் தமிழர்கள் "அகலாது, அணுகாது தீக்காய்வார் போல்" மேற்கத்திய நாடுகளிடம் நட்பு பாராட்டி இந்தியாவைக் கையாள வேண்டும். சீனா உரிமை கொண்டாடும் திபெத், தைவான் போன்ற பகுதிகளின் மக்களோடும், சீனாவை ஐயுறும் பிற தெற்காசிய நாடுகளோடும் நாம் தொடர்பைப் பேண வேண்டும். இந்தியப் பெருங்கடலைச் சுற்றி முத்துமாலை ஒன்றைக் கட்டியமைக்கச் சீனா முயலும்போது அதில் ஒரு முத்தையாவது நம்மால் உடைத்துக்காட்ட முடியும் என்பதை உணரச் செய்ய வேண்டும். நாம் வல்லாதிக்கக் கனவுகள் கொண்ட குமுகமல்ல; ஆனால் யாருக்கும் அடிமையாக வாழவும் மாட்டோம்.

தமிழினத்தின் அரசியல் இலக்கு என்ன?

நமது வாழ்வுக்காக, வாழ்வுரிமைகளுக்காக, வாழ் வாதாரங்களுக்காக, வருங்காலத்துக்காக, வரவிருக்கும் சந்ததிகளுக்காக நாம் போராடிக்கொண்டிருக்கிறோம். தமிழகத்தையும் தமிழீழத்தையும் பெயர்த்து எடுத்துக்கொண்டு ஆஸ்திரேலியாவுக்கு அந்தப் பக்கமா போகப்போகிறோம்? இல்லை! கேரள, கன்னட, ஆந்திர, சிங்கள மக்களருகேதான் வாழப்போகிறோம். அவர்கள் நம்மை மதித்து, விட்டுக்கொடுத்து வாழ வேண்டும் என்று எதிர்பார்க்கிறோம். அவர்கள் ஓரடி

முன் எடுத்துவைத்தால், நாம் இரண்டடி எடுத்துவைக்க அணியமாயிருக்கிறோம்.

கேரள, கன்னட, ஆந்திர, சிங்கள மக்கள்தான் நமது பிரச்சினையா?

இல்லை. நமது முக்கிய பிரச்சினை நாமேதான். நமது சமூக – கலாச்சாரத் தளங்களில் பெரும் மாற்றங்கள் கொண்டுவந்தாக வேண்டும். யார் கொண்டு வருவது? எந்தப் புனிதரோ, தேவதூதரோ கொண்டுவரப் போவதில்லை. நாமேதான் கொண்டுவர வேண்டும். மொத்தத் தமிழினமும் மாறட்டும், நான் உடனே மாறிவிடுகிறேன் என்பது ஏற்றுக்கொள்ள முடியாத நிலைப்பாடு. நாம் ஒவ்வொருவரும் உடனே மாறினால், தமிழினம் ஒரே நாளில் மாறிவிடும்.

* சாதி, மத அடையாளங்களைப் புறந்தள்ளி, தமிழராய் நம்மை, நம்மவரைப் பார்க்கப் பழக வேண்டும். சிறுபான்மையினர், தலித் மக்கள் உரிமைகள், நலன் காக்கும் வழிவகை செய்ய வேண்டும்.

* கல்வியறிவை, புத்தகங்கள் வாசிக்கும் பழக்கத்தை, சமூக – அரசியல் விழிப்புணர்வை, சுற்றுச்சூழல் அறிவை வளர்க்க வேண்டும்.

* பெண்களுக்குக் கல்வியும் முக்கியத்துவமும் பாதுகாப்பும் கொடுத்து, குடும்பங்களை, சமூக உறவுகளைப் பேணியாக வேண்டும்.

* தமிழ் ஆண்களை, தமிழ்க் குடும்பங்களைச் சிதைத்துக் கொண்டிருக்கும் மது அரக்கனை அழித்தேயாக வேண்டும்.

* சினிமா, சின்னத்திரை போன்றவற்றைப் புறந்தள்ளி, நுண்கலைகளுக்கு அதிக முக்கியத்துவம் கொடுக்க வேண்டும்.

* பணம் ஒன்றுதான் வாழ்க்கையின் குறிக்கோள், வெற்றியின் அளவுகோல் என்பதை விட்டொழிக்க வேண்டும்.

* நமது வரலாறு, இலக்கியம், கலாச்சாரம், நிறைகுறைகள் பற்றித் தெரிந்து, எதிர்மறை எண்ணங்களை, அணுகுமுறைகளைக் கைவிட்டு, உயர்ந்த சிந்தனைகளை, மதிப்பீடுகளை, ஒற்றுமையை வளர்த்தெடுக்க வேண்டும்.

பச்சைத் தமிழர் கூடுகை
(பதாகை)

தனிமனிதன் நோய்வாய்ப்படுவது போலவே ஒரு சமூகமும் புண்பட்டுக் கிடக்கலாம். தனி மனிதனின் நோயை அறிந்து, அதன் போக்கைக் கணித்து மருந்து கொடுப்பது போலவே ஒரு சமூகம் பிரச்சினைக்கு உள்ளாகும்போதும் ஒரு மருத்துவர் போலவே சிந்தித்து செயலாற்ற முடியும், செயலாற்ற வேண்டும். மருத்துவ முறை பற்றிப் பேசும் வள்ளுவர் இப்படிக் கூறுகிறார்:

"உற்றவன் தீர்ப்பான் மருந்துழைச் செல்வானென்று
அப்பால் நாற்கூற்றே மருந்து."

அதாவது நோயுற்றவன், நோய் தீர்க்கும் மருத்துவன், மருந்து, மருந்தை அங்கிருந்து/அருகிருந்து கொடுப்பவன் என்று மருத்துவ முறையை நான்குவகைப் படுத்துகிறார் வள்ளுவர்.

1. நோயுற்றவன்: தமிழகம் நோயுற்றிருக்கிறது என்பதில் நமக்குள் எந்த மாற்றுக் கருத்தும் இல்லை. பொருளாதாரம் நலிவடைந்து, அரசியல் குட்டிச்சுவராகி, கலாச்சாரம் பொலிவிழந்து, சமூகம் சீர்கெட்டு, சுற்றுச்சூழல் மாசுபட்டு, வாழ்வுரிமைகள் நசுக்கப்பட்டு, வாழ்வாதாரங்கள் அழிக்கப்பட்டுத் தமிழ் மக்கள் நம்பிக்கையை இழந்து, நொடிந்து கிடக்கிறோம். இந்தியாவின் எந்த மாநிலத்திலும் இல்லாத அளவு இரண்டு மாபெரும் அணுமின் நிலையப் "பூங்காக்கள்"

வடக்கே கல்பாக்கத்திலும் தெற்கே கூடங்குளத்திலும் வருகின்றன. எண்ணற்ற அனல்மின் நிலையங்கள், அணுசக்தி தொடர்பான நிறுவனங்கள், மகிழுந்து தயாரிப்பு நிலையங்கள், மாசுபடுத்தும் தொழிற்சாலைகள் எல்லாம் காளான்கள் போல் தமிழகமெங்கும் முளைத்துக்கொண்டிருக்கின்றன. நிலத்தை இழந்து, நீருக்காகத் தவித்து, சுவாசிக்கும் காற்றைக்கூடக் கைவிடும் நிலையில் தத்தளித்துக்கொண்டிருக்கிறது தமிழகம்.

2. மருத்துவன்: (தமிழக) தமிழ்ச் சமூகத்தின் இந்த நோயைத் தீர்ப்பதற்கு நோய் தீர்க்கும் மருத்துவர்கள் நிறைய பேர் நம்மிடையே இருக்கிறார்கள். இவர்களில் ஒரு சிலர் பல்கலைக்கழகங்களை மிரட்டி டாக்டர் பட்டம் வாங்கி வைத்திருக்கும் போலி மருத்துவர்கள். வேறு சிலர் தில்லியிலிருக்கும் திருட்டு மருந்து கம்பெனிகளின் உண்மையற்ற, உணர்வற்ற உள்ளூர் ஏஜெண்டுகள். அறிவோ, ஆற்றலோ எதுவுமின்றி ஏதேதோ பேசி தங்கள் ஈனப் பிழைப்பை இனிதே நடத்துகிறவர்கள். இவர்கள் தவிர “நோய்நாடி நோய்முதல் நாடி அது தணிக்கும் வாய்நாடி” (இன்ன நோய், இதனால் வந்தது, இதை இப்படித் தணிக்கலாம்) என்ற தீர்க்கமான அறிவோடு பல மருத்துவர்கள் நம்மிடையே உள்ளனர். அந்த அறிவும் திறமையும் தமக்கும் தம்மவருக்கும் இருப்பதாகக் கோருகிறார்கள். இவர்களின் பெயர்கள், பின்னணி, தகுதிகள் பற்றிய விவாதத்துக்குள் போக வேண்டாம் என்று நினைக்கிறேன்.

3. மருந்து: தமிழ்ச் சமூகத்தில் ஏற்கெனவே புரையோடிக் கொண்டிருக்கும் ஏற்றத்தாழ்வுகளை இன்னும் மோசமாக்கும் முதலாளித்துவ மருந்து நமக்கு ஒத்துவராது. எந்த விவாதத்துக்கும் இடம் கொடுக்காது தான்தோன்றித்தனமாக தனது கொள்கைகளைத் திணிக்கும் பாசிச மருந்து ஏற்றுக்கொள்ளப்பட முடியாதது. இந்துத்வா போன்ற மத அடையாளங்களை உள்ளடக்கிய மதவெறி மருந்துகள் தூக்கி எறியப்படவேண்டியவை. சர்வதேசியம், இந்தியத் தேசியம் போற்றுவது கைப்புண்ணுக்குக் காலமெல்லாம் பத்தியம் இருந்து உடம்பெல்லாம் வைத்தியம் பார்ப்பது போலத்தான். கைப்புண்ணுக்கு கையில்தான் மருந்திட வேண்டும்.

அப்படிப் பார்க்கும்போது தமிழ்ச் சமூகப் பிரச்சினைக்கு மருந்து தமிழ்த் தேசியம்தான் என்பது நமக்கு புலப்படும். கீழோர் மேலோர் இல்லாத சமத்துவ சமுதாயம் படைக்க, சமூக நீதி காக்க, சனநாயகமும் பொதுவுடமை சித்தாந்தம் முக்கியத்துவம் பெறும் கலப்புப் பொருளாதாரத் திட்டமும்

தேவை. அரசக் கட்டமைப்பும், பொருளாதாரமும், சமூகமும் கலந்த மும்மைதானே நோய் நாடுவதற்கான மூலாதாரம். இப்பிணிநீக்க பாவேந்தர் பாரதிதாசன் மருந்து சொல்கிறார்:

உணர்ந்திடுக தமிழ்த்தாய்க்கு வருந்தீமை உனக்குவரும் தீமை அன்றோ!
பிணிநீக்க எழுந்திரு நீ இளந்தமிழா, வரிப்புலியே, பிற்றை நாளுக்
கணிசெய்யும் இலக்கியம்செய்! அறத்தைச்செய்! விடுதலைகொள்
அழகுநாட்டில்!

பணிசெய்வாய் தமிழுக்குத் துறைதோறும் துறைதோறும் பழநாட் டானே.

4. "உழைச் செய்வான்": மருத்துவத்தின் மிக முக்கியமான அம்சத்தைப் பற்றி நாம் விரிவாகப் பேசவேண்டியிருக்கிறது. நோயுற்றவர் சிகிச்சைக்கு அணியமாகிவிட்டார். உரிய மருத்துவர்கள் உகந்த மருந்துகள் எவை என்பதை முடிவு செய்துவிட்டார்கள். மருந்தை அங்கிருந்து/அருகிருந்து கொடுக்கும் வேலையை நாம், பச்சைத் தமிழர் கூடுகை (பதாகை), செய்யலாம் என்பது எனது முன்மொழிதல்.

என்ன?: இயற்கையைப் பேணுதல்; தமிழர் வாழ்வுரிமை காத்தல்; வாழ்வாதாரங்கள் பாதுகாப்பு; நிலம், நீர், காற்று, கடல், உணவு போன்ற பிரச்சினைகள் குறித்து விழிப்புணர்வு ஊட்டுவது, இயக்கம் நடத்துவது, போராடுவது போன்றவற்றை முக்கியக் குறிக்கோள்களாகக் கொள்ளலாம்.

யார்?: பச்சைத் தமிழர் கூடுகை (பதாகை) என்பது தமிழர் விடுதலையில் நாட்டம் கொண்ட, தமிழர் வாழ்வுரிமை, வாழ்வாதாரங்களைக் காக்கும் ஆர்வம் கொண்ட தமிழரின் கூடுகை. பசுமைச் சிந்தனையுடைய, பொருளாதாரத் தன்னிறைவு கொண்ட, ஒத்த கருத்துடைய அனைத்து தனிநபர்களும் சமூக இயக்கங்களும் அரசியல் கட்சிகளும் இதில் இணைந்து செயலாற்றலாம். தனிநபர்கள், அறிவு ஜீவிகள், சமூக சேவகர்கள், வீட்டுத்தலைவிகள், இளைஞர்கள், மாணவர்கள், வணிகர்கள், விவசாயிகள், தொழிலாளர்கள், மீனவர்கள் என அனைவரும் சேர்ந்து பணி செய்யலாம். அனைத்து தமிழ்த் தேசிய கருத்துக்கள் கொண்ட கட்சிகள், இயக்கங்கள், நிறுவனங்கள் இணைந்து பணியாற்றலாம். சாதி, மத, இருப்பிட, அரசியல் கட்சி, இயக்கப் பின்னணி வேறுபாடின்றி ஆணும் பெண்ணும் குழந்தைகளும் இதில் இணைந்து பணியாற்றலாம்.

எங்கே?: தமிழகம் முழுவதும் இயங்குவோம். எங்கெல்லாம் தமிழர் வாழ்வுரிமைகள், வாழ்வாதாரங்கள் ஆபத்துக்குள்ளாகின்றனவோ அங்கே நாம் தலையிட்டாக

வேண்டும். ஆற்றிலே மணல் அள்ளுவதாக இருந்தாலும் சரி, அணுஉலை அமைப்பதாக இருந்தாலும் சரி உள்ளூர் பதாகை உடனே தலையிடும், மக்களைத் திரட்டும், போராட்டம் நடத்தும். அருகிலுள்ள பதாகை அமைப்புகளுக்குத் தகவல் கொடுத்து, அவர்கள் உதவியையும் ஒத்துழைப்பையும் நாடலாம்.

எப்போது?: எப்போதும் எல்லா நேரத்திலும் இயங்குவோம்.

எப்படி?: அடுக்கதிகாரம் இல்லாத ஒருங்கிணைப்புக் குழுக்களை நகரங்களிலும் கிராமங்களிலும் பட்டிதொட்டிகளில் எல்லாம் நிறுவலாம். ஆண், பெண் ஐந்து பேர் கொண்ட ஒருங்கிணைப்புக் குழு நிர்வாகத்தினை ஏற்று நடத்தும். இவர்கள் சுழற்சி முறையில் இரண்டு வருடங்களுக்கு ஒருமுறை தேர்ந்தெடுக்கப்படலாம். உறுப்புக் கட்சிகள், இயக்க நண்பர் களும் பதவி வகிக்கலாம்.

கட்சிகள், இயக்கங்கள் இயன்ற வழிகளில் எல்லாம் உழைக்கட்டும். பதாகை ஒரு கூட்டமைப்பாகத்தான் செயல்படுமே தவிர, போட்டி அமைப்பாக அல்ல. அனைவரும் ஒன்றாக சேர்ந்து செயல்படுவதுதான் அடிப்படைக் குறிக்கோள் என்பதால் போட்டிக்குத் தேவை இல்லை, இடமும் இல்லை.

உள்ளூர் தேவைகளுக்கு ஏற்ப ஒருங்கிணைப்புக் குழு செயல்பாடுகளைத் தீர்மானித்துக்கொள்ளலாம். மணல் அள்ளுதல், மலை உடைத்தல், காடு அழித்தல், மாசு படுத்தல், நீர்வளம் அழித்தல், ஆக்கிரமிப்பு செய்தல், அணுஉலை நிறுவல் போன்ற அனைத்து நடவடிக்கைகளையும் பதாகை எதிர்க்கும்.

நமது பதாகை அரசியல் பேசும், அலசும் சமூக – பொருளாதார – அரசியல் – கலாச்சார இயக்கம். ஆனால் தேர்தலில், அதிகார அரசியலில், நாற்காலி போட்டியில் பதாகை ஈடுபடாது. பதவி, அதிகாரம் வேண்டாத, விரும்பாத அரசியல் சேவகர்களாக உழைப்போம். பதாகை தேர்தல் அரசியலில் ஈடுபடும் உறுப்புக் கட்சிகளை எதிர்க்கவோ ஆதரிக்கவோ செய்யாது. அனைத்துக் கட்சிகளையும் சமதூரத்தில் வைத்திருக்கும். பதாகையினர் தத்தமக்கு விருப்ப மான கட்சிக்கு, வேட்பாளருக்கு வாக்களிப்பார்கள். இந்த தனிமனிதத் தெரிவில் பதாகை தலையிடாது.

பதாகையில் உறுப்பினர் ஆகிறவர்கள் மதுவுக்கும் போதைப் பொருட்களுக்கும் அடிமை ஆகாதவர்களாக, பெண்களை மதிப்பவர்களாக, தமிழ்ப் பண்பாட்டின்படி

வாழ்கிறவர்களாக இருக்க வேண்டும். பொருளாதாரத் தன்னிறைவுப் பெற்றவராக இருத்தல் அவசியம். தன் பொருளைப் பொதுமக்களுக்காகச் செலவு செய்பவராக இருக்கவேண்டுமே தவிர, பொதுமக்கள் பணத்தை எடுத்து தன் வாழ்க்கையை நடத்தவேண்டிய நிலையில் இருத்தல் கூடாது. தனிமனித ஒழுக்கம், நேர்மை, பொதுநலம் பேணல் போன்ற நற்பண்புகள் உடையவராக இருத்தல் அவசியம்.

சிக்கலான பிரச்சினை என்றால் பதாகை அந்த இடத்தில் முகாமிட்டு வேலை செய்யும். சிலர் முழு நேர ஊழியர்களாகத் தங்கியிருந்து வேலை செய்ய, மற்றவர்கள் ஆதரவாய்ச் செயல் படுவர். ஊர்களில் போய் தங்கி இருப்பது மக்களோடு மக்களாக இருந்து, பிரச்சினைகளை முழுவதுமாகப் புரிந்து, அர்ப்பணிப்புடன் செயல்படுவதற்காகத்தான். அப்பகுதி மக்கள், அங்கிருக்கும் இயக்கங்கள், கட்சிகள் நமக்கு வேண்டிய அடிப்படை உதவிகளைச் செய்து தருவார்கள். இடிந்தகரைப் போராட்டம் ஓர் உதாரணமாகக் கொள்ளப்படும். பதாகையின் கூட்டுத்தலைமையில் தனிநபர்கள், கட்சிகள், இயக்கங்கள் பங்கேற்பார்கள், பேசுவார்கள், ஆதரவு தெரிவிப்பார்கள்; போராடுவார்கள்.

பதாகை ஒரு குறிப்பிட்ட பிரச்சினையைத் தேர்ந்தெடுத்ததும், தகவல் அறியும் உரிமைச் சட்டம் போன்றவற்றின் உதவியுடன் அனைத்துத் தகவல்களையும் சேகரிக்கும். பின்னர் சுற்றுச்சூழல் தாக்க அறிக்கை, சமூகச்சூழல் தாக்க அறிக்கை போன்றவற்றைத் தயாரிக்கும். வேண்டிய தகவல்கள் சேகரிக்கப்பட்ட பிறகு, உரியவர்கள் மத்தியில் விழிப்புணர்வு ஊட்டுவது, கருத்துப் பரிமாற்றம் செய்வது, போராட்டம் நடத்துவது எனப் பதாகை செயல்படும்.

தமிழக வளங்களைக் காப்போம்!

தமிழர் வாழ்வுரிமை மீட்போம்!!

தமிழ்த் தேசியம் வளர்ப்போம்!!!

இணைப்புகள்

கனவுத் தமிழகம்

1. ஒருங்கிணைந்த அரசு அலுவலகம்

(இப்போது 2025. நாம் கனவு கண்டது போல் தமிழகம் மக்களுக்கானதாக மாற்றப் பட்டிருக்கிறது. இங்கே பல்வேறு அமைப்புக்கள், ஏற்பாடுகள், செய்முறைகள், செயல்பாடுகள் முற்றிலுமாக மாற்றியமைக்கப் பட்டிருக்கின்றன. ஊழல்வாதிகள், கொள்ளைக் காரர்களுக்குப் பதிலாக மக்கள், மக்களின் தேவைகள் முன்னிலைப்படுத்தப்படுகின்றன. இந்தக் கனவுத் தமிழகத்தில் வாழத் துவங்குவோம். ‘எங்கோ போகிறோம்‘ என்று இருட்டில் கிடந்து உழல்வதைவிட, ‘எங்கே போகிறோம்‘ என்பது தெரிந்து அந்த மனக்கண் ஒளியுடன் பயணிப்பது சிறப்பல்லவா?)

2025. அனைத்து வட்டாட்சித் தலைநகர்களிலும் “ஒருங்கிணைந்த அரசு அலுவலகம்” ஒன்று நவீன தகவல் தொடர்பு, கணினி வசதிகளுடன் திறக்கப்பட்டிருக்கிறது. ‘யாரையாவது தெரியுமா,’ ‘எவ்வளவு காசு லஞ்சம் கொடுக்க வேண்டும்’ என்று எந்தவிதமான கவலையோ, குழப்பமோ, பயமோ இன்றி மனநிம்மதியோடு, மனித கண்ணியத்தோடு அங்கே போகலாம். உள்ளே நுழைந்ததும் வரிசைச் சீட்டு வழங்கும் இயந்திரத்திலிருந்து ஓர் எண்ணைப் பெற்றுக்கொண்டு காத்திருக்கிறோம்.

நமது எண் அழைக்கப்பட்டதும், அழைக்கப் படும் சேவை முகப்புக்குப் (கவுண்டருக்கு) போகிறோம். சிறப்புப் பயிற்சி பெற்ற, துடிப்பான, இனிய இளைஞர் ஒருவர் இன்முகத்தோடுப் பேசுகிறார்:

"வணக்கம், அம்மா. உங்களுக்கு நான் என்ன உதவி செய்ய வேண்டும்?"

"வணக்கம். எனது பேரக் குழந்தைக்கு பிறப்புச் சான்றிதழ் வேண்டும்."

"சரி. இந்த விண்ணப்பத்தைப் பூர்த்தி செய்து, கீழே பட்டியலிடப்பட்டுள்ள ஆவணங்கள் அனைத்தையும் சேர்த்துத் தாருங்கள். நூறு ரூபாய் கட்டணம் உண்டு."

"நன்றி. கட்டணத்தை எந்த வங்கியில் கட்ட வேண்டும்? அல்லது கருவூலத்துக்குப் போய் சலான் கட்ட வேண்டுமா?"

"அதெல்லாம் அந்தக் காலம், அம்மா. இப்போது நீங்கள் எங்கேயும் போக வேண்டாம். இங்கேயே பணமாகக் காட்டலாம். உடனே ரசீது தந்து விடுவோம். மக்களை அலைய விடக்கூடாது, அல்லல்படுத்தக் கூடாது என்று முறைகள் மாற்றப்பட்டுவிட்டன."

"ஓ! அற்புதம். இதோ விண்ணப்பத்தைப் பூர்த்தி செய்து விட்டேன். ஆவணங்களையும் தருகிறேன்."

"ஒரு நிமிடம் காத்திருங்கள்."

(திரும்பி வருகிறார்) "உங்கள் ஆவணங்கள் அனைத்தையும் நகல் எடுத்து கணினியில் ஏற்றிவிட்டேன். இது உங்கள் கட்டணத்துக்கான பற்றுச்சீட்டு (ரசீது). சரியாக மூன்று நாள் கழித்து வந்து இதைக் காட்டி உங்கள் பேத்தியின் பிறப்பு சான்றிதழைப் பெற்றுக்கொள்ளலாம். ஒருவேளை இன்று மாலையே வேண்டுமென்றால், அதிகமாக நூறு ரூபாய் கட்டிப் பெற்றுக்கொள்ளலாம். போய் வாருங்கள். வேறு ஏதாவது உதவி செய்ய வேண்டுமா நான்?

"மிகவும் நன்றி தம்பி. பெரிய உதவி செய்திருக்கிறீர்கள்."

"ஒருங்கிணைந்த அரசு அலுவலகத்தில்" பிறப்புச் சான்றிதழ் முதல் கடவுச்சீட்டு (பாஸ்போர்ட்) வரை எளிதாக, விரைவாக, பிக்கல் பிடுங்கலின்றிப் பெற்றுக்கொள்ள முடியும். அனைத்துத் துறை அலுவலகங்களையும் இந்த அலுவலகத்துடன் நேர்த்தியாக இணைத்து, ஆவணங்கள் உடனடியாகச் சரிபார்க்கப்படுகின்றன, தகவல்கள் திரட்டப்படுகின்றன, வேலை கச்சிதமாக முடிக்கப்படுகிறது. இங்கே லஞ்சம், ஊழல் கிடையாது. தள்ளிவிடுவது, தாமதப்படுத்துவது, திட்டுவது, துன்புறுத்துவது, மன உளைச்சல் ஏற்படுத்துவது எதுவுமே கிடையாது. மக்களுக்காக நடத்தப்படும் அரசு என்பதால் மக்களின் மாண்பும் மனநலமும் கண்ணியமும் கண் எனப் போற்றப்படுகின்றன.

2. சாலைப் போக்குவரத்து

2025. தமிழகத்தின் நெடுஞ்சாலைகள், நகர்ப்புறச் சாலைகள், முக்கியமான கிராமப்புறச் சாலைகள் எல்லாம் நில ஆய்வாளர்களால் அளக்கப்பட்டு, ஆக்கிரமிப்புக்கள் அகற்றப்பட்டுவிட்டன. ஆக்கிரமித்திருந்தவர் ஏழையாக இருந்தால் மட்டும் அவருக்கு மாற்று ஏற்பாடுகள் செய்து கொடுக்கப்பட்டிருக்கிறது.

சாலைகளின் இரு மருங்கிலும் குறைந்தபட்சம் ஐந்தடி அகலத்தில் நடைபாதைகள் அமைக்கப்பட்டிருக்கின்றன. முதியவர்கள், குழந்தைகள் போன்றோர் பாதுகாப்பாக நடந்துசெல்வதற்கும், மாற்றுத் திறனாளிகள் தங்கள் சிறப்பு வாகனங்களை ஓட்டிச் செல்வதற்கும் ஏதுவாக இவை அமைக்கப்பட்டிருக்கின்றன.

சாலைகளில் நெரிசலைத் தவிர்க்க ஆங்காங்கே மூவண்ண விளக்குகள் அமைக்கப்பட்டுள்ளன. ஆங்காங்கு வாகன நிறுத்துமிடங்கள், கிளைச் சாலைகள், பழுதுபார்க்குமிடங்கள், பயணிகள் ஓய்வுப் பகுதிகள் அமைக்கப்பட்டுள்ளன. சாலைகளில் நினைத்த இடத்தில் வாகனங்களை நிறுத்திவைப்பது தடை செய்யப்பட்டுள்ளது. அப்படி நிறுத்துவோர் மீது கடுமை யான நடவடிக்கை எடுக்கப்படுகிறது.

மக்கள் நெருக்கமும் அடர்த்தியும் மிகுந்த நம் நாட்டில், இடநெருக்கடியும் நெரிசலும் நிறைந்த தெருக்களில் சாலைகளில் வாழ்க்கையைச் சிக்கல்களுக்குள்ளாக்கிக்கொண்டிருக்கும் அனைத்து தலைவர்கள் சிலைகளையும் அப்புறப்படுத்தி, மாவட்டத் தலைநகரங்களில் ஏற்படுத்தப்பட்டுள்ள சிறப்பு அருங்காட்சியகத்தில் வைத்திருக்கிறோம். கட்சிக் கொடிக் கம்பங்கள், நினைவுத் தூண்கள் அனைத்தும் அப்புறப் படுத்தப்பட்டுவிட்டன.

சாலைப் போக்குவரத்தைக் கண் போல் கண்காணிக்கச் சிறப்பு காவல்துறை அமைக்கப்பட்டுள்ளது. சிறப்புப் பயிற்சி, எட்டு மணி நேர வேலை நாள், அதிக ஊதியம், நேர்மை, கண்ணியம் போன்ற அம்சங்களோடு இளைஞர்கள் இந்தப் பணியில் அமர்த்தப்பட்டிருக்கிறார்கள். கோபதாபமின்றி, பாரபட்சமின்றி, நடுநிலை தவறாது தங்கள் கடமையை அவர்கள் செய்கிறார்கள். கையில் வைத்திருக்கும் நவீன கருவிகள் மூலம் அவர்கள் உங்கள் ஓட்டுனர் உரிமம், வாகனப் பதிவு, காப்பீடு போன்ற தகவல்களைக் கண நேரத்தில் பெற்றுவிடுகிறார்கள். உங்கள் குற்றத்திற்கேற்ற தண்டனை சீட்டைத் தந்து, அதற்கேற்ற புள்ளிகளை உங்கள்

ஓட்டுனர் உரிமத்தில் பதிவு செய்கிறார்கள். புள்ளிகள் அதிகமாகும்போது நீங்கள் செலுத்தவேண்டிய காப்பீட்டுத் தொகை அதிகமாகிறது. இந்த இளம் அதிகாரிகள் யாருக்கும் தயவு காட்டுவதில்லை. அவர்களிடம் லஞ்சம் கொடுக்க முயன்றால், தண்டனை இன்னும் அதிகமாகும். ஓட்டுனர் உரிமம் நீக்கப்படும்.

குடித்துவிட்டு வாகனம் ஓட்டி விபத்து ஏற்படுத்தினால், உயிரிழப்பு நேர்ந்தால், அது கொலை வழக்காகப் பதிவு செய்யப்படுகிறது. கொலைக் குற்றத்துக்கான உச்சபட்ச தண்டனை நீதிமன்றத்தால் வழங்கப்படுகிறது.

3. மது விற்பனை

2025! தெருவெங்கும், சாலையெங்கும் நிறைந்திருந்த அரசு மற்றும் தனியார் மதுக்கடைகள் முற்றிலுமாக மூடப்பட்டுவிட்டன. பொது இடங்களில் மது அருந்துவது மிகவும் கண்டிப்பாகத் தடை செய்யப்பட்டிருக்கிறது. உணவகங்களிலோ, கடைகளிலோ, தனியார் பார்களிலோ மது விற்பது, குடிப்பது கூடாது என்று முடிவு செய்யப்பட்டுள்ளது. கள்ளச் சாராயம் காய்ச்சுவது, விற்பது கடுமையாகத் தண்டிக்கப்படுகிறது. மது அருந்திவிட்டு வாகனங்கள் ஓட்டுவோர் மீது கொலை முயற்சி வழக்குப் பதிவு செய்து அதற்குரிய தண்டனை வழங்கச் சட்டம் இயற்றப்பட்டுள்ளது.

(லாட்டரி சீட்டுக்கள் போல) வெளி மாநிலங்களிலிருந்தோ, வெளிநாடுகளிலிருந்தோ இரகசியமாக மதுவை வாங்கி வந்து, வெளியாருக்கு எந்தவிதத் தொந்திரவும் இல்லாமல் வீடுகளுக்குள் அமர்ந்து அமைதியாகக் குடிப்பவர்களை அரசு கண்டுகொள்ளாமல் விடுகிறது. ஆனால் வீட்டிலுள்ள பெண்கள், குழந்தைகள் உட்படப் பிறருக்குத் தொந்திரவு செய்தாலோ, குடிப்பது பற்றிய புகார்கள் வந்தாலோ கடுமையான நடவடிக்கை எடுக்கப்படுகிறது. அனைத்து மாவட்டத் தலைநகர்களிலும் குடி நோயிலிருந்து மீளும் சிகிச்சை மையங்கள் அமைக்கப்பட்டு, கட்டணம் பெற்று சிகிச்சை அளிக்கப்படுகிறது. தொடர்ந்து குடி வழக்குகளில் சிக்குவோர் கட்டாய சிகிச்சைக்கு உட்படுத்தப்படுகிறார்கள்.

4. இலவசம் இல்லை

2025! தமிழர்களின் சுயமரியாதையைச் சிதறடித்த, சொந்தக் காலில் நிற்கும் தன்னம்பிக்கையைச் சீர்குலைத்த, மக்களை உடல் வளைத்து, பல்லிளித்து, கையேந்தி நிற்க வைத்த இலவசத்

திட்டங்கள் முற்றிலுமாக நிறுத்தப்பட்டுள்ளன. அவர்களின் வரிப் பணத்தைப் பயன்படுத்தியே அவர்களைப் பிச்சைக்காரர்கள் ஆக்குவது கூடாது என்று குடிமைச் சமூகத்திலும் அரசியல் சமூகத்திலும் விழிப்புணர்வு உருவாக்கப்பட்டுள்ளது. மதிய உணவு கொடுத்தால் குழந்தைகள் பள்ளிக்கு வருவார்கள் என்று பெருந்தலைவர் காமராசர் கொண்டு வந்த திட்டத்தை அப்படியே வைத்துக்கொண்டு, ஏழைகளின் வாழ்க்கைத் தரத்தை உயர்த்தாமல், மதிய உணவோடு முட்டை தருகிறோம், முளைப்பயிறு தருகிறோம் என்று மக்களை ஏமாற்றுவது தவறு என்ற பொதுப்புத்தி உருவாக்கப்பட்டிருக்கிறது. அரசு யாருக்கும் எதுவும் இலவசமாகக் கொடுப்பதில்லை இப்போது.

தமிழகத்தின் விவசாய – தொழில் உற்பத்தித் திறன் அதிகரிக்கப்பட்டு, சேவைத் துறை உள்ளிட்ட பல்வேறு துறைகளில் வேலை வாய்ப்புக்கள் உருவாக்கப்பட்டு, லஞ்சமும் ஊழலும் திருட்டும் ஒழிக்கப்பட்டு, ஒட்டுமொத்த பொருளாதாரமும் மேம்படுத்தப்பட்டு, மக்களின் வாங்கும் திறன் உயர்த்தப்பட்டு, ஆரோக்கியமான சமூக – பொருளாதார – அரசியல் சூழல் நிலவுவதால் இலவசங்களுக்குத் தேவை யில்லாமல் போய்விட்டது. சமூகத்தின் அடிமட்டத்தில் இன்னும் ஏழ்மையில், வறுமையில் உழலும் மக்களுக்கு இலவசமாக காசோ, பொருளோ கொடுக்காமல், பொதுச் சமூகத்துக்கு மிகவும் தேவைப்படும் சேவைத்துறைகளான பொதுச் சுகாதாரம், போக்குவரத்து, பாதுகாப்பு போன்றவற்றில் வேலைவாய்ப்புக்களை உருவாக்கி அவர்களின் கண்ணியமும் சார்பின்மையும் போற்றப்படுகின்றன. அவர்களின் குழந்தை களுக்குச் சிறப்புத் தொழிற்கல்வி வாய்ப்புகளும் வேலைத் திட்டங்களும் உருவாக்கப்பட்டிருக்கின்றன.

5. பெண்களின் கண்ணியம், பாதுகாப்பு

2025! அரசு மற்றும் தனியார் அலுவலகங்களிலும் பள்ளிகளிலும் கல்லூரிகளிலும் மருத்துவமனைகளிலும் கடைத் தெருக்களிலும் பிற நிறுவனங்களிலும் பணிபுரியும் பெண்களுக்குக் கண்ணியமான பணிச்சூழலும் பாதுகாப்பும் உறுதி செய்யப்பட்டுள்ளன. இதற்கான நடத்தை விதிமுறை களும் புகார் தெரிவிக்கும் வழிமுறைகளும் விசாரணை செயல்முறைகளும் தெளிவாக வகுக்கப்பட்டு, எல்லா நிறுவனங்களிலும் புகார் தெரிவிக்க வேண்டிய அதிகாரிகளின் பெயர்கள், முகவரிகள், தொலைபேசி எண்கள் பகிரங்கமாக அறிவிக்கப்பட்டிருக்கின்றன.

பேருந்து நிலையம், ரயில் நிலையம் போன்ற பொது இடங்களிலும் இம்மாதிரி "பெண்கள் பாதுகாப்பு அதிகாரிகள்" விவரம் அறிவிக்கப்பட்டிருக்கிறது. பெண்களின் கண்ணியம், பாதுகாப்பு சம்பந்தப்பட்ட வழக்குகள் விரைவாக, முறையாக, பெண்களின் மரியாதைக்கும் நல்வாழ்வுக்கும் குந்தகம் ஏற்படாத வகையில் விசாரிக்கப்பட்டு, குற்றவாளிகள் கடுமை யாகத் தண்டிக்கப்படுகிறார்கள்.

பாலியல் வன்கொடுமைகள் புரியும் மதகுருமார்களின் குற்றம் நிரூபிக்கப்படும்பட்சத்தில் அவர்களது அசையும், அசையாச் சொத்துக்கள் அரசால் எடுத்துக்கொள்ளப்பட்டு, அவர்கள் கடுமையாகத் தண்டிக்கப்படுகிறார்கள். தண்டனைக் காலம் முடிந்தபிறகு, தங்களின் மத நடவடிக்கைகளை மீண்டும் தொடங்கவோ, நடத்தவோ அவர்கள் கண்டிப்பாக அனுமதிக்கப்படுவதில்லை.

அரைகுறை ஆடைகளுடனும் அனாவசியமான உடல் சேர்க்கைகளுடனும் தயாரிக்கப்படும் காட்சிகள் நிறைந்த திரைப்படங்கள், தொடர் நாடகங்கள், விளம்பரங்கள் தடை செய்யப்பட்டிருக்கின்றன. வயது முதிர்ந்தோருக்கான ஆபாசப் படங்கள் கடைகளில் விற்பதற்கு, கைப்பேசிகளில் பரப்புவதற்கு, பொது இடங்களில் பார்ப்பதற்குத் தடை விதிக்கப்பட்டுள்ளது. வீடுகளுக்குள் பலவந்தமாகச் சென்று காவல்துறை சோதனையிடாது என்றாலும், பிரச்சினை வீதிக்கு வந்தால், பிறருக்குத் துன்பம் விளைவிப்பதாகப் புகார் எழுந்தால் கடும் நடவடிக்கை எடுக்கப்படுகிறது.

சமூக விரோத திரைப்பட தயாரிப்பாளர்களும் இயக்குனர்களும் நடிகர் – நடிகைகளும் தமது வியாபார நோக்கத்திற்காக, பண வெறிக்காகப் பெண்களை, குழந்தைகளை அசிங்கமாகச் சித்திரிப்பதைத் தடுக்கும்பொருட்டு தரமிக்க, தற்சார்பு கொண்ட தணிக்கைக் குழு அமைக்கப்பட்டுள்ளது. தணிக்கைக் குழுவின் பரிந்துரைகளை மீறுவோர் பாலியல் வழக்கில் கைது செய்யப்படுகிறார்கள். நாளிதழ்களிலும், பிற பத்திரிகைகளிலும் அருவருப்பான ஆபாசமான பெண்கள், ஆண்கள் படம் வெளியிட்டால் கடும் நடவடிக்கை எடுக்கப் படுகிறது. பேச்சு/எழுத்து/கருத்துச் சுதந்திரம் என்பது சமூகத்தின் நேர்பாதியான பெண்களின் கண்ணியத்தையும் பாதுகாப்பையும் அழித்துவிடக் கூடாது எனும் அரசியல் நிலை எடுக்கப்பட்டுள்ளது.

இந்நிலை கலாச்சார பாசிசமாக மாறிவிடக்கூடாது என்பதாலும், மக்களின் பாலியல் தெரிவு/சுதந்திரம் போற்றப்பட

வேண்டும் என்பதாலும் பரஸ்பர சம்மதத்தோடு நடக்கும் வயதுவந்தோர் பாலியல் உறவுகளில் அரசு தலையிடுவதில்லை. பிரச்சினைகள் எழுந்தால், புகார்கள் வந்தால், பாலியல் சட்டதிட்டங்கள்படி நடவடிக்கை எடுக்கப்படுகிறது. உண்டுறை விடுதிகளில் காவல் துறையினர் அதிரடி சோதனை நடத்துவதும், பெண்களை மட்டும் வழக்குகளில் சிக்கவைப்பதும் சீரழிப்பதும் தடுத்து நிறுத்தப்பட்டுவிட்டது. ஏதாவது ஆபத்தில் சிக்கி ஒரு பெண்ணோ ஆணோ விடுதி உரிமையாளரோ புகார் செய்தாலொழியக் காவல்துறை தனிமனித சுதந்திரத்தில் தலையிட வேண்டியதில்லை என்று அறிவுறுத்தப்பட்டுள்ளது.

பாலியல் தொழில் புரிவோருக்குச் சிறப்பு கேளிக்கைப் பகுதிகள் உருவாக்கப்பட்டு, அந்தத் தொழிலில் ஈடுபடுவோருக்கு அரசின் அடையாள அட்டையும் பாதுகாப்பும் இலவச மருத்துவப் பரிசோதனையும் மறுவாழ்வு வாய்ப்புக்களும் வழங்கப்படுகின்றன. முறைப்படுத்தப்படாது, ஆபத்தான வழிகளில் இந்தத் தொழில் நடத்தப்பட்டதால் அந்தப் பெண்கள் பெரிதும் பாதிக்கப்பட்டனர். முறைகேடுகளும் வழக்குகளும் லஞ்சமும் ஊழலும் நோய்களும் பரவின. முறைப்படுத்தப்பட்டு, பாதுகாப்போடு பாலியல் தொழில் நடக்கும்போது, பொது சமூகத்திலுள்ள பேராவல் கொண்ட ஆண்களுக்கு வடிகாலும், பெண்களுக்குப் பாதுகாப்பும் கிடைக்கின்றன.

ஒட்டுமொத்த சமூகத்தின் ஒழுக்கத்துக்கும் கண்ணியத்துக்கும் வழிவகை செய்ய பள்ளிகளில், கல்லூரி களில், பணியிடங்களில் பாலியல் கல்வி, அறநெறிக் கல்வி போன்றவை கற்பிக்கப்படுகின்றன, விவாதிக்கப்படுகின்றன. பொது வாழ்க்கைக்கு வரும் மதத் தலைவர்கள், அரசியல் தலைவர்கள், கலாச்சாரத் தலைவர்கள் போன்றோர் தனிமனித ஒழுக்கத்துடன், உயரிய கோட்பாடுகளுடன் வாழ எதிர்பார்க்கப்படுகின்றனர். தவறுவோர் தண்டிக்கப்பட்டு, ஒட்டுமொத்த சமுதாயத்தாலும் புறக்கணிக்கப்படுகின்றனர். இம்மாதிரியான தடுப்பு நடவடிக்கைகளாலும் முன்னேற் பாடுகளாலும் குழந்தைகள் பாலியல் கொடுமை, இளைஞர்களின் கூடாநட்பு, பதின்பருவ கர்ப்பம், ஒருதலைக் காதல், ஆசிட் வீச்சு, அழித்தொழித்தல், கள்ள உறவு போன்ற சமூகப் பிரச்சினைகள் கட்டுக்குள் வைக்கப்படுகின்றன. டாக்டர் மார்ட்டின் லூதர் கிங் சொன்ன, "ஒழுக்கம் சட்டமாக்கப்பட முடியாது, ஆனால் நடத்தை ஒழுங்குபடுத்தப்பட முடியும்" எனும் கருத்தே தாரக மந்திரமாக போற்றப்படுகிறது.

6. மாசற்ற சூழல்

2025! தமிழகம் முழுவதுமுள்ள கோவில்கள், தேவாலயங்கள், மசூதிகள், பிற வழிபாட்டுத்தலங்கள் அனைத்திலும் ஊருக்கே கேட்கும்படி சத்தமாக பாடல்களை, பிரார்த்தனைகளை ஒலிபரப்புவது தடை செய்யப்பட்டுள்ளது. அதே போல் தனியார் இல்ல நிகழ்வு களிலும், பொதுப் பண்டிகைக் கொண்டாட்டங்களிலும் சத்தமாகப் பாடல்கள் ஒலிபரப்பக்கூடாது என்கிற விதி கடுமையாக நடைமுறைப்படுத்தப்படுகிறது. நோயாளிகள், முதியவர்கள், குழந்தைகள் என உடல் வலிமையற்றோரை ஆழமாக பாதிக்கும் ஒலிமாசு ஒரு மிகப் பெரும் தனிமனித உரிமை மீறல் என்று கொள்ளப்படுகிறது. கூம்பு வடிவக் குழாய் கொலைக் கருவி என்று கருதப்படுகிறது. பொதுப் போக்குவரத்து வாகனங்களிலும் பாடல்கள் ஒலிபரப்புவது, திரைப்படங்கள் காட்டுவது ஒழுங்குபடுத்தப்பட்டுள்ளது. விரும்புவோருக்கு உரிய தலை ஒலிப்பான்கள் கொடுத்து, சத்தம் விரும்பாதவர் அமைதியாகப் பயணம் செய்ய ஏற்பாடு செய்யப்பட்டிருக்கிறது. பொதுமக்களுக்கு ஒலிமாசு ஏற்படாத விதத்தில், ஒவ்வொரு மாநகராட்சியும் நகராட்சியும் ஊராட்சியும் பொதுக் கூட்டங்கள், மாநாடுகள் நடத்துவதற்கென ஊருக்கு வெளியே ஒரு சில இடங்களைத் தேர்ந்தெடுத்து வைத்திருக்கின்றன. முன்பதிவு செய்து, உரிய கட்டணத்தைக் கட்டிவிட்டு, அந்த இடங்களில் கூட்டங்கள், கச்சேரிகள், சிறப்புப் பிரார்த்தனைகள் போன்ற நிகழ்வுகளை நடத்த அனுமதிக்கப்படுகிறது.

ஒலிமாசு போலவே ஒளிமாசும் கட்டுப்படுத்தப்படுகிறது. இரவு குறிப்பிட்ட நேரத்துக்குப் பிறகு பிரம்மாண்டமான ஒளிவிளக்குகளை, அலங்கார விளக்குகளை ஒளிர விடுவது பொதுமக்களின் ஓய்வுக்கும் உறக்கத்துக்கும் இடையூறாகக் கருதப்பட்டுத் தடை செய்யப்பட்டிருக்கிறது. நகரங்களிலோ, கிராமப் புறங்களிலோ எங்கும் சுவரொட்டிகள் ஒட்டக்கூடாது, விளம்பரங்கள் எழுதக் கூடாது என்று விழி மாசுச் சட்டம் இயற்றப்பட்டிருக்கிறது. ஒவ்வொரு மாநகராட்சியும் நகராட்சியும் ஊராட்சியும் அதற்கென வரையறுத்திருக்கும் இடங்களில், சுவர்களில் மட்டுமே உரிய கட்டணம் கட்டிவிட்டு சுவரொட்டிகள் ஒட்ட முடியும், விளம்பரங்கள் எழுத முடியும் என்ற நிலை ஏற்படுத்தப்பட்டிருக்கிறது. மீறுவோருக்கு அபராதமும் சிறைவாசமும் விதிக்கப்படுகின்றன.

பொது இடங்களைக் கழிப்பறையாகப் பயன்படுத்துவது, வீட்டுக் குப்பைகளைப் பொதுவெளியில் கொட்டுவது,

சாக்கடைகளைப் பராமரிக்காமல் விடுவது, இன்னபிற வழிகளில் துர்நாற்றம் எழச் செய்வது, நாற்ற மாசு ஏற்படுத்துவது குற்றமாகவும் கண்ணியமற்ற செயலாகவும் பார்க்கப்பட்டு உரிய தண்டனை விதிக்கப்படுகிறது.

கழிவு மாசும் கண்டிப்புடன் கையாளப்படுகிறது. அணுமின் நிலையங்கள் போன்றவற்றிலிருந்து வெளிவரும் கழிவுகளைக் கையாளும் திறன் ஒட்டுமொத்த மனிதகுலத்துக்கே இல்லாததால் அவை உருவாகாமலே பார்த்துக்கொள்ளப்படுகிறது. அதேபோல நெகிழிப் பைகள் உற்பத்தி முற்றிலுமாகத் தடை செய்யப்பட்டிருக்கிறது. உணவகங்களிலிருந்து, மருத்துவமனைகளிலிருந்து, தொழிற்சாலைகளிலிருந்து, இதுபோன்ற தொழில் நிறுவனங்களிலிருந்து வெளியாகும் கழிவுகளைக் குறைப்பதற்கும், அவற்றை முறையாக மேலாண்மை செய்வதற்கும் பாதுகாப்பான, நேர்மையான, கடுமையான வழிகள் தேர்வுசெய்யப்பட்டு மிகவும் கண்டிப்புடன் நடைமுறைப்படுத்தப்படுகின்றன. மாசுக் கட்டுப்பாட்டு வாரியம் காசுக் கட்டுப்பாட்டு வாரியமாக செயல்படாது, உண்மையிலேயே மக்கள் நலன், இயற்கை நலன் காக்கும் மாசுக் கட்டுப்பாட்டு வாரியமாக இயங்குகிறது.

ஒலிமாசு, விழிமாசு, நாற்ற மாசு, கழிவு மாசு போன்றவை ஏற்படாமல் சமூகத்தைத் தூய்மையானதாக, உயர்வானதாகப் பாதுகாப்பது, பராமரிப்பது பற்றி பள்ளிகளில், கல்லூரிகளில், பணியிடங்களில், ஒட்டுமொத்த சமூகத்தில் அறிவுறுத்தப்படுகிறது.

7. காவல் துறை

2025! ஆட்சி அதிகாரத்திலுள்ளோரின் 'ஏவல் துறையாக' அன்றி, பணமும் புகழும் உடையோரின் பக்கம் தாவும் 'தாவல் துறையாக' அன்றி, பொய்யும் புளுகும் எழுதும் 'நாவல் துறையாக' அன்றி, மக்களை, சமூக அமைதியை, நீதியைக் காக்கும் உண்மையான 'காவல் துறையாக'ச் செயல்படுகிறது.

நீதி மன்றங்களோடும், சிறைத் துறையோடும் காவல் துறைக்குள்ள தொடர்புகள் புனரமைக்கப்பட்டு, இவை மூன்றின் செயல்பாடுகளும் நெறிமுறைப்படுத்தப்பட்டுள்ளன. காவல் துறையில் வந்தபின் காப்பது மட்டுமின்றி, வருமுன்னர்க் காப்பதும் வலியுறுத்தப்படுகிறது. சட்டம் – ஒழுங்கைக் காப்பது என்ற கோணத்திலிருந்து செயல்பட்டுவந்த காவல் துறை, இப்போது மக்கள் – கண்ணியத்தைப் போற்றுவது என்ற பார்வையோடு செயல்படுகிறது.

தன்னையே மதித்து நடக்கும், தனது கண்ணியத்துக்கும் கவுரவத்துக்கும் முக்கியத்துவம் கொடுக்கும், தனது கடமையை

உணர்ந்து பணியாற்றும் இளம் அதிகாரிகளால் புனர்நிர்மாணம் செய்யப்பட்டிருக்கிறது காவல் துறை. தங்கள் தேவைகளை, உரிமைகளை சங்கம் அமைத்துக் கேட்டுப் பெறுவதற்கான அதிகாரம் பிற அரசு ஊழியர்களைப் போல இவர்களுக்கும் வழங்கப்பட்டிருக்கிறது.

உயிரைப் பணயம் வைத்து வேலைப் பார்க்கும் துறை என்பதாலும், யாரிடமும் எந்தப் பண உதவியும் இவர்கள் எதிர்பார்க்கக்கூடாது என்பதாலும், கை நிறையச் சம்பளமும், பிற ஊக்கங்களும் கொடுக்கப்படுகின்றன. மன அழுத்தம் ஏற்படுத்தும் வேலை என்பதால் எட்டு மணி நேரம் மட்டுமே வேலை என்பது உறுதியாக செயல்படுத்தப்படுகிறது. காலை, மாலை, இரவு நேர வேலை என்று எட்டு மணி நேரம் கொண்ட மூன்று பிரிவாக வேலைநாள் பிரிக்கப்பட்டு, காவலர்கள் வேலை செய்கின்றனர்.

இவர்கள் நிறைவாக, திறமையாக வேலை செய்வதற்கு மகிழ்வான குடும்பம் முக்கியம் என்பதால் குடும்பத்தினரோடு தங்கியிருக்கக் காவல் துறை அதிகாரிகள் ஊக்குவிக்கப் படுகின்றனர். அதற்கு வேண்டிய உதவிகளும் செய்யப்படுகின்றன. அவர்கள் வருடத்துக்கொரு முறை குடும்பத்தோடு சுற்றுலா சென்றுவர உதவிகள் செய்யப்படுகின்றன.

காவல் துறை அதிகாரிகளின் வேலையை, வாழ்க்கையை எளிதாக்கும் பேச்சுக்கள் மற்றும் காட்சிகள் போன்றவற்றைப் பதிவு செய்யும் கருவிகளும், நவீன தகவல்தொடர்பு சாதனங் களும், கணினி போன்ற கருவிகளும், போதுமான நான்கு சக்கர வாகனங்களும் அனைத்துக் காவல் நிலையங்களுக்கும் வழங்கப்பட்டிருக்கின்றன. அனைத்துக் காவல் துறை அதிகாரிகளும் வாகனங்கள் ஓட்டுகின்றனர், கணினியை இயக்குகின்றனர், நவீன கருவிகளைக் கையாளுகின்றனர்.

காவல் நிலையங்களிலெல்லாம் நூலகங்கள் அமைக்கப் பட்டிருக்கின்றன. காவலர்களுக்குச் சட்டக் கல்வி, தகராறு தீர்க்கும் பயிற்சி, குற்றவியல் நடப்புக்கள், மனஅழுத்தம் நீக்கும் பயிற்சிகள், ஆற்றுப்படுத்துதல், கோப மேலாண்மை போன்ற பயிற்சிகள் அவ்வப்போது வழங்கப்படுகின்றன.

மாறிமாறி ஆட்சிக்கு வரும் அரசியல் கட்சிகளின் எடுபிடியாக இந்தத் துறை செயல்படக்கூடாது என்பதால் தன்னாட்சி உரிமையோடு, சுதந்திரமாக இயங்க ஏற்பாடுகள் செய்யப்பட்டிருக்கின்றன. அரசியல் கட்சி பிரமுகர்களோ, சமூக அந்தஸ்து கொண்டவர்களோ காவல் துறை செயல்பாட்டில் தலையிட அனுமதிக்கப்படுவதில்லை.

காவல் துறை அதிகாரிகள் கண்டவனிடமெல்லாம் கையேந்தி நிற்பவராக அன்றி, காக்கிச்சட்டைப் போட்ட அராஜகவாதியாக அன்றி, கண்டிப்பும் பாசமும் கொண்ட அம்மா, அப்பாவைப் போன்று செயல்படுகிறார்கள். மக்களிடம் அளவுக்கதிகமாக நெருங்கிப் பழகும் பால்ய நண்பன் போன்றில்லாமலும், அன்பேதுமின்றி அரக்கத்தனத்தோடு விலகி நிற்கும் தொடர்பற்றவன் போலில்லாமலும் பணி செய்கின்றனர் காவல் துறை அதிகாரிகள்.

காவல் துறை அதிகாரிகள் மக்களை மக்களாக மதிக்கவும் நடத்தவும் பணிக்கப்பட்டிருக்கிறார்கள். நல்லவர்களை நியாயமாகவும், மோசமானவர்களை மனித உரிமை மீறலின்றி நடத்தவும் பணிக்கப்பட்டிருக்கிறார்கள். காவல் துறை அதிகாரிகள் பண்பான மொழி பேசவும் ஒழுக்கமான நடத்தை கொண்டிருக்கவும் நியாயமாக நடந்துகொள்ளவும் பணிக்கப்பட்டிருக்கிறார்கள். சமூகத்தில் அவர்களுக்கு மதிப்பும் மரியாதையும் இருக்கிறது. தவறு செய்யும் அதிகாரி கள் மீது புகார் தெரிவிக்கவும் விசாரணை நடத்தவும் விரைவாகத் தண்டிக்கவும் நேர்மையான சிறந்த வழி வகைகள் செய்யப்பட்டிருக்கின்றன.

8. மருத்துவத் துறை

2025! நாடெங்கும் உள்ள அரசு மருத்துவ மனைகள் புனர்நிர்மாணம் செய்யப்பட்டிருக்கின்றன. அங்கே பணிபுரியும் மருத்துவர், தாதியர் போன்ற ஊழியர்களோடு புதிய பணி ஒப்பந்தம் செய்யப்பட்டிருக்கிறது. அரசு மருத்துவமனைகளில் பணிபுரியும் மருத்துவர்கள் தனியாக மருத்துவமனை நடத்தவோ, கட்டண மருத்துவச் சேவை செய்யவோ கூடாது என்று வலியுறுத்தப்படுகிறது. அரசு மருத்துவமனை மருந்துகளை, கருவிகளைத் தவறாகப் பயன்படுத்துவது பெரும் குற்றமாக அறிவிக்கப்பட்டிருக்கிறது.

தனியார் மருத்துவமனைகள் நடத்துபவர்கள் முறையான அரசு அனுமதிகள் வாங்கியிருக்க வேண்டும். அடிப்படைக் கருவிகளோ, பரிசோதனை வசதிகளோ எதுவுமின்றி, பெட்டிக் கடைகளில் எல்லாம் மருத்துவமனைகள், ஆலோசனை மையங்கள் நடத்துவதை அரசு அனுமதிப்பதில்லை. ஓர் ஆசிரியர் தனியாக 'டியூஷன்' வகுப்பு நடத்துவது போல, அடிப்படை வசதிகளற்ற தனியார் மருத்துவ ஆலோசனை மையத்தை எடுத்துக்கொள்ள முடியாது; மக்களின் உயிர்கள் மீது விசப்பரீட்சை நடத்துவதை அனுமதிக்க முடியாது.

தவறான, முறைகேடான சிகிச்சையால் பாதிக்கப்பட்ட நோயாளிகள் நுகர்வோர் நீதிமன்றங்கள் வழியாக வழக்குத் தொடர்ந்தால், அதை எதிர்கொள்ளும் வகையில் தனியார் மருத்துவர்கள் முறையான காப்பீடு செய்திருக்க வேண்டுமென வலியுறுத்தப்படுகிறது. அதே போல, அரசு மற்றும் தனியார் மருத்துவர்கள் அண்மைக்கால மருத்துவத் துறை முன்னேற்றங்களை, நுணுக்கங்களை, மருந்துகளை, சிகிச்சைகளைத் தெரிந்துகொள்ளும் விதத்தில் மருத்துவத் துறை ஆண்டுதோறும் கட்டாய சிறப்புப் பயிற்சிகளையும், தேர்வுகளையும் நடத்துகிறது. அரசு மற்றும் தனியார் மருத்துவர்கள் இவற்றை முறையாகத் தேர்ந்து, தங்களின் உரிமங்களை இரண்டு ஆண்டுகளுக்கு ஒரு முறை புதுப்பித்துக் கொள்ள வேண்டப்படுகிறார்கள்.

நோயின் தன்மை, நோய் வராமல்/பரவாமல்/பெரிதாகாமல் தடுப்பது பற்றியெல்லாம் மருத்துவர்கள் பேச வேண்டும் என்று பணிக்கப்படுகிறார்கள். மருத்துவர்கள் நோயாளிகளிடம் நோய் மற்றும் சிகிச்சை பற்றிய முழுத் தகவல்களைச் சொல்லி, அவர்களின் முழு சம்மதத்துடன் மட்டுமே சிகிச்சை கொடுக்க வேண்டும். அனைத்துத் தகவல் பரிமாற்றங்களும் முறைப்படி ஆவணப்படுத்தப்பட வேண்டும் என்று கோரப்படுகிறது. நுகர்வோர் நீதிமன்றங்களில் வழக்குகள் வரும்போது அவற்றைச் சமாளிக்க இந்த ஆவணங்கள் பயன்படுத்தப்படுகின்றன.

அரசின் அங்கீகாரம் பெறாத புதிய மருந்துகளை வெறும் லாப நோக்கோடு கமிஷனுக்காக மருத்துவர்கள் நோயாளிகளை உட்கொள்ளச் செய்வது கொலைக் குற்றமாகக் கருதப்படுகிறது. நோயாளிகளின் அனுமதியின்றி அவர்களுக்கு ஆபத்தான மருந்துகளைக் கொடுப்பதும், பரிசோதனை செய்யாமல் ஆபத்தான ஊசி மருந்துகளைப் போடுவதும் கொலைக் குற்றமாகக் கருதப்படுகிறது. மருந்துக் கடைகளோடும், பரிசோதனை நிலையங்களோடும் தொடர்பு வைத்துக் கொண்டு, கமிஷனுக்காகத் தேவையற்ற சிகிச்சைக் கொடுப்பது பெரும் குற்றமாகக் கொள்ளப்படுகிறது.

கண் மருத்துவர்கள், பல் மருத்துவர்கள், சித்தா, ஓமியோபதி, ஆயுர்வேதா போன்ற மாற்று மருத்துவர்கள், இயன்முறை மருத்துவர்கள் (பிசியோ தெரபிஸ்ட்) உள்ளிட்ட அனைவரும் மேற்கண்ட நிபந்தனைகளுக்கு உள்ளாக்கப் படுகின்றனர். போலி மருத்துவர்கள் கொலைகாரர்களாகக் கருதப்பட்டு, மிகக் கடுமையாக ஒடுக்கப்படுகின்றனர்.

மருந்துக் கடைகளுக்கும் பரிசோதனை நிலையங்களுக்கும் கடுமையான தரக்கட்டுப்பாடு விதிக்கப்பட்டுள்ளது. அரசின்

அனுமதி பெறாத மருந்துகள் இருந்தாலோ, விற்றாலோ கொலைக் குற்றம் சுமத்தப்படுகிறது. மருத்துவரின் சீட்டு இன்றி மருந்து விற்பது, மருந்தக ஊழியர்களே சிகிச்சையும் மருந்தும் கொடுப்பது பெரும் குற்றங்களாகக் கொள்ளப்படுகின்றன. அதுபோல் கண் கண்ணாடிக் கடைகளில், கல்வித் தகுதி யற்றவர்கள் கண் பரிசோதனை செய்யக் கூடாது என வலியுறுத்தப்படுகிறது.

9. பொதுச் சுகாதாரம்

2025! ஊராட்சிகளும் நகராட்சிகளும் மாநகராட்சிகளும் ஆங்காங்கே கழிப்பறைகள் கட்டி உன்னதமாக நிர்வகிக்கின்றன. அரசு மற்றும் தனியார் அலுவலகங்களும், பேருந்து நிலையம், பேரங்காடி போன்ற பொது நிறுவனங்களும் பாதுகாப்பான, சுத்தமான, தரமிக்க கழிப்பறைகளைக் கொண்டிருக்க வேண்டும் என்று நிர்ப்பந்திக்கப்படுகின்றன. வீட்டிலிருந்து வெளியே செல்லும் பெண்கள் திரும்ப வீட்டுக்கு வந்த பின்னர்தான் கழிப்பறையைப் பயன்படுத்த இயலும் என்ற நிலை முற்றிலும் மாறிவிட்டிருக்கிறது.

போர்க்கால அடிப்படையில் செயல்பட்டு, போதுமான நவீன உலர் கழிப்பறைகள் அமைக்கப்பட்டு, திறந்தவெளியில் மலங்கழிப்பது முற்றிலுமாக நிறுத்தப்பட்டிருக்கிறது. இதனால் மக்களின் கண்ணியம் காக்கப்பட்டு, பொதுச் சுகாதாரமும் உடல்நலமும் பேணப்படுகின்றன. தொடர்வண்டிகளிலும் (ரயில்களிலும்) கழிப்பறைகள் நவீனமயமாக்கப்பட்டு, தண்டவாளங்களும் தொடர்வண்டி நிலையங்களும் சுகாதார மானவையாக இருக்கின்றன.

வீடுகளிலிருந்தும் தொழிற்பேட்டைகளிலிருந்தும் வெளிவரும் மக்கும் மற்றும் மக்காத கழிவுகளைத் தனித்தனியாக ஊராட்சிகளும் நகராட்சிகளும் மாநகராட்சிகளும் வாரம் தோறும் சேகரித்து, மறு சுழற்சி செய்கின்றன அல்லது மாசற்ற வழிகளில் அழிக்கின்றன.

ஊராட்சிகளும் நகராட்சிகளும் மாநகராட்சிகளும் கழிவு நீர் மேலாண்மையில் திறம்படச் செயல்படுகின்றன. ஒரு வலைப்பின்னல் போல் சாக்கடைகள் அனைத்தும் இணைக்கப்பட்டு, கழிவு நீர் மொத்தமாகச் சேகரிக்கப்பட்டு, சுத்திகரிப்பு நிலையங்களில் சுத்தமாக்கப்பட்டு, விவசாயத்திலும் பொது கழிப்பறைகளிலும் பயன்படுத்தப்படுகிறது.

மருத்துவமனை மற்றும் பல்வகை ஆலைக் கழிவு நீர் பாதுகாப்பாகக் கொட்டப்படுகிறது. மழை நீர் ஒரு

சொட்டுக்கூட வீணாகாத வகையில் பொதுமக்களாலும் பொதுத் துறைகளாலும் உள்ளாட்சி அமைப்புக்களாலும் சேகரிக்கப்படுகிறது. குளங்கள், ஆறுகள், குடிநீர்த் தேக்கங்கள் போன்றவற்றின் தண்ணீர் மாதிரிகள் அவ்வப்போது எடுக்கப்பட்டு பரிசோதிக்கப்படுகின்றன; பொதுச் சுகாதாரத்துக்கு பங்கம் விளைவிக்கும் தகவல்கள் உடனுக்குடன் மக்களுக்குத் தெரிவிக்கப்படுகின்றன.

மாடுகள், பன்றிகள் போன்ற கால்நடைகள் பொது இடங்களில், சாலைகளில் வளர்க்கப்பட்டாலோ, அலைந்து திரிந்தாலோ அவை உடனே பிடிக்கப்பட்டு ஏலத்தில் விற்கப் படுகின்றன. கழிப்பறை மற்றும் சாக்கடை சுத்திகரிப்பு நிறுவனங்களுக்குப் பல்வேறு சலுகைகள் வழங்கப்படுகின்றன. நெகிழிப் பைகள் மற்றும் பாட்டில்கள், பொருட்களைப் பொதிந்திருக்கும் மக்காத உறைகள் போன்றவை உற்பத்தி செய்வது முற்றிலுமாகத் தடை செய்யப்பட்டிருக்கிறது. பால், பழரசம், தண்ணீர் போன்றவை காகிதப் பைகளில் விற்கப் படுகின்றன. கடைகளில் காகிதப் பைகளும், சணல் மற்றும் துணிப் பைகளும் பயன்படுத்தப்படுகின்றன.

அரசு மருத்துவமனைகளிலும் சுகாதார நிலையங்களிலும் பல்வேறு நோய்கள் பற்றிய துண்டறிக்கைகள், தகவல் அட்டை கள் இலவசமாக விநியோகிக்கப்படுகின்றன. திடக்கழிவு மற்றும் திரவக்கழிவு மேலாண்மை, பொதுச் சுகாதாரம், நோய் தடுப்பு போன்றவை பற்றிய அறிவு மற்றும் தகவல்கள் பள்ளிகளில், கல்லூரிகளில், பணியிடங்களில் தரப்படுகின்றன.

10. மன நலம்

2025! அனைத்து அரசு மருத்துவமனைகளிலும் தகுதிவாய்ந்த மனநல மருத்துவர் நியமிக்கப்பட்டிருக்கிறார். மனநல மருத்துவர்களைச் சந்திப்பது, பேசுவது, அறிவுரைகள் கேட்பது, ஆற்றுப்படுத்திக்கொள்வது தவறானதோ, கேவலமானதோ அல்ல எனும் விழிப்புணர்வு மக்கள் மத்தி யில் உருவாக்கப்பட்டிருக்கிறது.

அரசு மற்றும் தனியார் பள்ளிகளிலும் கல்லூரிகளிலும் மனநல மருத்துவம் தெரிந்த சமூக சேவகர்கள் நியமிக்கப்பட வேண்டும் என்று நிர்ப்பந்திக்கப்படுகிறது. இதனால் தேர்வு பயம், பருவமடையும் பெண் குழந்தைகளின் பிரச்சினைகள், ஆண் குழந்தைகளின் மனக் குழப்பங்கள், காதல் பிரச்சினைகள், தகராறுகள் போன்றவை திறமையாக நிர்வகிக்கப்பட்டு,

இளைஞர்களின் மன உளைச்சல், தற்கொலைகள், கொலைகள் போன்றவை மிகமிக அரிதாக்கப்பட்டுவிட்டன.

ஓட்டுனர்கள், காவல் துறையினர் எனப் பல்வேறு துறையினர் அவ்வப்போது மனநல அறிவுரைகள், உதவிகள் பெற்றுக்கொள்ள துறை ரீதியான ஏற்பாடுகள் செய்யப்பட்டிருக்கின்றன. மன அமைதி மற்றும் ஒருமைப்பாடு போற்றும் யோகா, டாய் சீ, கராத்தே, குங்ஃபூ, தியானம், மூச்சுப் பயிற்சிகள் போன்றவை கல்வி நிலையங்களில், பணியிடங்களில் பயிற்றுவிக்கப்படுகின்றன.

திருமணம் செய்து கொள்வோர், வெளிநாடுகளுக்கு வேலைக்குச் செல்வோர், பணி ஓய்வு பெறுவோர், குடும்ப உறுப்பினர்களை இழந்து/பிரிந்து துன்புறுவோர், வாழ்க்கைத் துணையை இழந்து அவதியுறுவோர், ஆதரவற்றோர் எனப் பல்வேறு தரப்பு மக்களின் பல்வேறு வாழ்க்கைச் சூழலுக்குத் தேவையான அறிவுரைகள், வழிமுறைகள் சொல்லும் அரசின் உரிமம் பெற்ற சமூக சேவகர்கள் ஆங்காங்கே கட்டணச் சேவை செய்து வருகின்றனர். அரசு மருத்துவமனைகளிலும் இந்தச் சேவை இலவசமாக அளிக்கப்படுகிறது. சமூக நலத்துறை ஊழியர்கள் தேர்ந்த கிராமப்புற ஆண்களுக்கும் பெண்களுக்கும் பயிற்சி அளிக்கின்றனர். சமூக ஆதரவளிக்கும் பாரம்பரிய உறவுகள், நடைமுறைகள், பழக்க வழக்கங்கள் உயிரூட்டப்படுகின்றன.

கல்வித் தகுதியோ, திறமையோ, அனுபவமோ, உண்மையோ எதுவுமின்றி மனநலச் சேவைகளைச் சமூகத்தில் செய்து வந்த போலி மருத்துவர்கள், போலி ஆன்மீகவாதிகள், பணம் பறிக்கும் பல்வேறு யோக/சிகிச்சை மையங்கள் கடுமையாக ஒடுக்கப்பட்டுவிட்டனர். உடல் நலத்தையும் ஆன்ம நலத்தையும் போன்று மக்களின் மனநலமும் முக்கியமானதாகப் போற்றப்படுகிறது.

அணுத் தீமையற்ற தமிழக நாள்

தேசியக் கட்சிகளான காங்கிரசும் பாரதீய ஜனதா கட்சியும் "இந்தியாவை வல்லரசாக்கப் போகிறோம்" என்ற பெயரில் பெரும் தீங்கினை உருவாக்கிக்கொண்டிருக்கிறார்கள். அதிகச் செலவாகும், அணுக்கழிவை உருவாக்கும், ஆபத்துக் களை வரவழைக்கும் அணுசக்தி வேண்டாம் என்று உலக நாடுகளெல்லாம் மாற்று வழிகளில் மின்சாரம் தயாரிக்க முனைகின்றன. ஆனால் ஒரு பேருந்து நிலையக் கழிப்பறையைக்கூடப் பேணத் தெரியாத நமது ஆட்சியாளர்கள் அணுமின் நிலையங்கள் அமைத்து அளவற்ற மின்சாரம் தயாரிக்கப்போகிறார்களாம். வளரும் நாடான நமக்கு மின்சாரம் தேவைதான். ஆனால் மிக அதிகமாக, மிகவும் நெருக்கமாக மக்கள் வாழும் நமது நாட்டில் சிறு விபத்துக்கூடப் பேராபத்தை உருவாக்குமே? லஞ்சமும் ஊழலும் தலைவிரித்தாடும் நமது நாட்டில் நம்மைப் போன்ற சாதாரண மக்களுக்கு ஓர் ஆபத்து எழும்போது யார் வந்து நம்மைக் காப்பாற்றுவார்கள்?

மாற்றாந்தாய் மனப்பான்மையோடு தமிழர் களை நடத்துகிற தில்லி அதிகார வர்க்கம் ஆபத்தான அணுத் திட்டங்கள் பலவற்றைத் தமிழர்கள் தலையில் கட்டிக்கொண்டிருக்கிறார்கள். தமிழகத்தை ஆண்டவர்களும் ஆள்கிறவர்களும் இதற்கு ஒத்தாசையாக இருக்கிறார்கள். கர்நாடகத்திலும் மராட்டியத்திலும் கேரளத்திலும்

இம்மாதிரியான திட்டங்களைக் கடுமையாக எதிர்க்கும் சில அரசியல் கட்சிகள் தமிழகத்திலே அவற்றுக்குக் கட்டியம் கூறுகின்றன.

அதிகாரமிக்க முறையான கட்டுப்பாட்டு வாரியம் இல்லாதது மட்டுமல்ல, அணுக்கழிவு மேலாண்மைத் திட்டமும் இந்தியாவில் இல்லை. கூடங்குளம் அணுக் கழிவுகளைக் கர்நாடக மாநிலம் கோலார் தங்கச் சுரங்கங்களில் கொண்டு புதைப்போம் என்று அணுசக்தித் துறை உச்சநீதிமன்றத்திடம் தெரிவித்தபோது கர்நாடக மக்கள் வெகுண்டெழுந்து போராடினர். இதன் விளைவாக வெறும் மூன்று நாட்களில் கோலார் திட்டம் கைவிடப்பட்டது. ஆனால் தமிழகம் எதிர்கொள்ளும் அணுத் தீமைகளின் அட்டவணையைப் பாருங்கள்:

1. கூடங்குளம் அணுமின் பூங்கா, கூடங்குளம், திருநெல்வேலி மாவட்டம்

ரஷ்யாவின் உதவியோடு இந்தியாவிலேயே மிகப் பெரிய 1,000 மெகாவாட் மின்சாரம் தயாரிக்கக்கூடிய இரண்டு அணுமின் நிலையங்களைக் கூடங்குளத்தில் கட்டியிருக்கிறார்கள். மேலும் நான்கு அணுமின் நிலையங்கள் கட்டுவதற்கான அரசச் சடங்குகளை முடித்துவைத்திருக்கிறார்கள். இன்னும் கூடுதலாக இரண்டு அசுர அணுமின் நிலையங்களையும், அணுக்கழிவு சுத்திகரிக்கும் ஆபத்தான ஆலை ஒன்றையும் இங்கே அமைக்கத் திட்டமிட்டிருக்கிறார்கள். கூடங்குளம் திட்டம் பற்றிய தல ஆய்வறிக்கை, பாதுகாப்பு ஆய்வறிக்கை போன்றவற்றை மக்களுக்குக் கொடுங்கள் என்று மத்திய தகவல் ஆணையம் கேட்டுக்கொண்ட பிறகும் மத்திய அரசும் அணுசக்தித் துறையும் தர மறுக்கின்றன. கூடங்குளம் அணுமின் நிலையத்தில் ஜியோ–போடால்ஸ்க், இஷோர்ஸ்கி சவோடி போன்ற ஊழல் நிறுவனங்களிடமிருந்து வாங்கப்பட்ட தரமற்ற பொருள்கள் பயன்படுத்தப்பட்டுள்ளன; ஏராளமான ஊழலும் குளறுபடிகளுா் நட ந்திருக்கின்றன. உலகத்திலேயே உன்னதமான அணுஉலை என்று அரசு தரப்புச் சொன்னாலும், கூடங்குளம் அணுமின் நிலையம் முனகிக்கொண்டும் திணறிக்கொண்டும் தத்தளித்துக்கொண்டிருக்கிறது. கூடங்குளத்தில் ஒரு விபத்து நடந்தால் ரஷ்யா எந்தவித இழப்பீடும் தர வேண்டியதில்லை என்று 2008இல் ஓர் இரகசிய ஒப்பந்தமும் செய்து வைத்திருக்கிறது மத்திய அரசு. கூடங்குளம் வழக்கில் 2013இல் மே 6ஆம் நாள் உச்சநீதிமன்றம் அளித்த தீர்ப்பில் பாதுகாப்புத் தொடர்பாக 15 பரிந்துரைகளைத் தெரிவித்தது. ஆனால்

அவற்றைக் கடுகளவும் கருத்தில் கொள்ளாமலேயே மத்திய அரசும், அணுசக்தித் துறையும் கூடங்குளம் திட்டத்தை இயக்க எத்தனிக்கின்றன.

2. கல்பாக்கம் அணுமின் பூங்கா, கல்பாக்கம், காஞ்சிபுரம் மாவட்டம்

கல்பாக்கத்தில் 220 மெகாவாட் மின்சாரம் தயாரிக்கும் இரண்டு அணுஉலைகள் இயங்கிக்கொண்டிருக்கின்றன. எரிபொருள் மறுசுழற்சி செய்யும் ஆலை ஒன்றும், அணுக்கழிவு சுத்திகரிக்கும் ஆலை ஒன்றும் இங்கே இயங்குகின்றன. இவற்றோடு இரண்டு அதிவேக ஈனுலைகள் *(Prototype Fast Breeder Reactor - PFBR)* அமைப்பதற்கான வேலைகள் 2004 அக்டோபர் மாதம் துவங்கப்பட்டன. ஈனுலை என்பது தான் உட்கொள்ளும் எரிபொருளைவிட அதிக எரிபொருளை உருவாக்குகிற திறன் கொண்டது. இவற்றைத் தவிர அணுக் கழிவுகளைச் செயலிழக்கச்செய்யும் ஆலை ஒன்று 2013 நவம்பர் மாதம் இந்தியக் குடியரசுத் தலைவரால் வீடியோ கான்ஃப்ரன்சிங்க் மூலம் தொடங்கி வைக்கப்பட்டது. கல்பாக்கத்தில் அணு ஆயுதங்கள் சம்பந்தமான வேலைகள் நடப்பதாகவும் செய்திகள் நிலவுகின்றன. கல்பாக்கத்துக்கு அருகே கடலில் எரிமலை ஒன்று இருப்பதாகவும், அதனால் கல்பாக்கம் அணுஉலைக்கு ஆபத்து வரலாம் என்ற செய்தியை முதலில் மறுத்த அணுசக்தித் துறை, தற்போது இதை ஆய்வு செய்வதற்கு நிதி ஒதுக்கியிருக்கிறது. கல்பாக்கம் பகுதியில் புற்றுநோய் எதுவுமே இல்லை என்று வாதிட்டுவந்த அணுசக்தித் துறை 2012இல் அணுஉலை ஊழியர்கள் பலர் எலும்பு மஜ்ஜை புற்றுநோயால் பாதிக்கப்பட்டிருப்பதை உறுதி செய்தது.

3. நியூட்ரினோ திட்டம், தேவாரம், தேனி மாவட்டம்

தேனி மாவட்டம், உத்தமபாளையம் தாலுகா, போடி மேற்குத் தொடர்ச்சி மலைப் பகுதியில், தேவாரம் பொட்டிபுரம் கிராமத்துக்கு அருகேயுள்ள அம்பரப்பர் மலை அல்லது அம்பரசர் கரடு எனப்படுகிற குன்றின் அடிப்பகுதியில் குகைகள் அமைத்து, நியூட்ரினோ அணுத்துகள் ஆய்வு செய்யும் திட்டம் ஒன்றை அழைத்துக் கொண்டிருக்கிறார்கள். சுமார் 2.5 கி.மீ. நீளமுள்ள 16,235 ச.மீ. பரப்பளவும், 3,18,181 கன மீட்டர் கொள்ளளவும் கொண்ட நான்கு குகைகள் உருவாக்கப்படுகின்றன. கிட்டத்தட்ட எட்டு லட்சம் டன் எடையுள்ள பாறைகள் அகற்றப்படவுள்ளன. இந்தத் திட்டம்

50 லட்சத்துக்கும் அதிகமான தமிழக, கேரள மக்களின் வாழ்வுரிமைகளைப் பாதிக்கும். அந்தப் பகுதி விவசாயிகளையும் பயிர்களையும் கால்நடைகளையும் காட்டு உயிர்களையும் கதிர்வீச்சினால் அழிக்கும். மேற்குத் தொடர்ச்சி மலையும், மலை சார்ந்த சூழலும், அப்பகுதி அணைகளும் ஆபத்துக்குள் தள்ளப்படும். ஒருசில ஆண்டுகள் நியூட்ரினோ ஆய்வுகள் செய்து முடித்துவிட்டு, இந்தக் குகைகளை இந்தியாவெங்கிலுமிருந்து வந்து குவியும் அணுக்கழிவுகளைப் பாதுகாத்து வைக்கும் ஆழ்நிலக் கிடங்காக *(Deep Geological Repository)* மாற்றும் திட்டமும் இருக்கும் என்று சந்தேகிக்கிறோம்.

4. அணுக்கழிவு ஆய்வு மையம், வடபழஞ்சி, மதுரை மாவட்டம்

மதுரை மாவட்டம், மதுரை தெற்கு தாலுகா வடபழஞ்சி கிராமத்தில் "உயராற்றல் இயற்பியல் மையம்" *(International Conference on High Energy Physics - ICHEP)* அமைக்கப்படும் இடத்தில் அணுக்கழிவு ஆய்வு மையம் அமைக்கப்படுகிறது. முப்பது ஏக்கர் பரப்பளவில் இத்திட்டம் செயல்படுத்தப்படும் என்கிறார்கள். தற்போது சுமார் 1.75 கோடி செலவில் சுற்றுச்சுவர், கம்பி வேலி அமைக்கப்படுகிறது. அடுத்த கட்டமாக 5.5 கோடி செலவில் அணுக்கழிவு ஆய்வு மையம் கட்டப்படும். "அணு உலைக்கழிவுகளை அழிப்பதில் நிறைய சிக்கல்கள் உள்ளன. எனவே அணுக் கழிவுகளைப் பாதுகாப்பாக அழிப்பது குறித்து கண்டறிவதே மதுரையில் அமையவிருக்கும் மையத்தின் முக்கியப் பணி" என்று பாபா அணுசக்தி ஆராய்ச்சி மைய அதிகாரிகள் கூறுகின்றனர். வடபழஞ்சி பஞ்சாயத்துத் தலைவர் திருமதி. விமலா வைரமணி வேதனையோடு சொல்கிறார்: "இங்கு சிறு கட்டடம் கட்டக்கூட ஊராட்சியின் அனுமதி தேவை. ஆனால், அவர்கள் அனுமதி கேட்கவும் இல்லை. என்ன செய்யப்போகிறோம் என்று சொல்லவும் இல்லை. நியூட்ரினோ என்று பேசிக்கொள்கிறார்கள். எதுவும் புரியவில்லை." மதுரை மாவட்ட ஆட்சித் தலைவர் திரு. சுப்பிரமணியம், "திட்டம் பற்றி முழுமையாகத் தெரியவில்லை. விசாரித்துச் சொல்கிறேன்" என்கிறார் (*தி இந்து*, செப்டம்பர் 16, 2013).

5. சிர்க்கோனியம் திட்டம் *(Zirconium Project)*, பழையகாயல், தூத்துக்குடி மாவட்டம்

சிர்க்கோனியம் எனும் வேதியல் பொருள் சிர்க்கோன் எனும் அரியவகை மணலிலிருந்து தயாரிக்கப்படுகிறது. அணுமின் நிலையங்களுக்குத் தேவைப்படும் சிர்க்கோனியம்

ஆக்ஸைட் மற்றும் சிர்க்கோனியம் உறிஞ்சி *(sponge)* போன்றவற்றை தயாரிப்பதற்காக அணுசக்தி எரிபொருள் நிலையம் நடத்துகிற தொழிற்சாலைதான் தூத்துக்குடி மாவட்டம், பழையகாயல் கிராமத்திலுள்ள சிர்க்கோனியம் திட்டம். இது 2009 நவம்பர் மாதம் துவக்கி வைக்கப்பட்டது. ஆண்டு தோறும் சுமார் 500 டன் சிர்க்கோனியம் ஆக்ஸைட் மற்றும் 250 டன் சிர்க்கோனியம் உறிஞ்சியை அணுமின் நிலையங்களுக்காக இந்த ஆலை உற்பத்தி செய்கிறது.

6. இந்திய அரும்மணல் நிலையம் *(Indian Rare Earths Ltd)*, **மணவாளக்குறிச்சி, குமரி மாவட்டம்**

சிர்க்கோனியம் திட்டத்துக்குத் தேவையான சிர்கோன் மணல் இங்கே பிரித்தெடுக்கப்படுகிறது. அரியவகை மணல் நிலையம் கேரள மாநிலம் ஆலுவா எனுமிடத்தில் ஆகஸ்ட் 18, 1950 அன்று இந்திய மற்றும் திருவிதாங்கூர் அரசுகளால் ஒரு தனியார் நிறுவனமாகத் தொடங்கப்பட்டது. பின்னர் 1963இல் அணுசக்தித் துறையின் கீழ் இயங்கும் மத்திய அரசின் நிறுவனமாக மாற்றப்பட்டது. அப்போது கேரளாவில் சவர எனுமிடத்திலும், குமரி மாவட்டம் மணவாளக்குறிச்சியிலும் இரு நிலையங்கள் அமைக்கப்பட்டன. மணவாளக்குறிச்சி அரியவகை மணல் நிலையம் கன்னியாகுமரியிலிருந்து சுமார் 25 கி.மீ. தூரத்தில் அமைந்துள்ளது. இங்கே ஆண்டு தோறும் 90,000 டன் இல்மனைட் *(Ilmenite)*, 3,500 டன் ரூட்டைல் *(Rutile)*, 10,000 டன் சிர்கோன் *(Zircon)*, 3,000 டன் மோனோசைட் *(Monazite)*, 10,000 டன் கார்னெட் *(Garnet)* மணல்கள் கடற்கரையிலிருந்து தோண்டி எடுக்கப்படுகின்றன. அரியவகை மணல்கள் கொண்ட பகுதிகளிலிருந்து மணல் தோண்டி எடுக்கும் உரிமமும் பெற்றிருக்கிறது இந்த நிறுவனம். மணலைத் தோண்டி எடுப்பதோடு, தாது மணல்களைப் பிரித்தெடுக்கும் ஆலையும், சிர்கோனை மேம்படுத்தும் வேதியல் ஆலையும் இங்கே இயங்குகின்றன.

அணுத் தீமையற்ற தமிழகம்

மேற்கண்ட அணுசக்தித் திட்டங்கள் அனைத்துமே தமிழர்களின் வாழ்வுரிமைகளை, வாழ்வாதார உரிமைகளை மீறுகின்றன. நம்மைக் கடும் நோய் நொடிக்குள் தள்ளுகின்றன. நமது வருங்காலத்தை, வரவிருக்கும் சந்ததிகளை அழிக்கின்றன. இந்தத் திட்டங்கள் பற்றிய முழு உண்மைகளை, முழுமையான தகவல்களை நமக்குத் தருவதில்லை. பிரதமரும் மத்திய அமைச்சர்களும் அணுசக்தித் துறை அதிகாரிகளும் தமிழ்

மக்களின் உரிமைகளுக்கு, உணர்வுகளுக்குக் கடுகளவும் மரியாதை கொடுக்காமல், பொறுப்புணர்வின்றிப் பேசுகின்றனர்; அறிவிப்புகளை வெளியிடுகின்றனர். தமிழர்களின் வாக்குகளையும் ஆதரவையும் மட்டும் விரும்பும் சில அரசியல் கட்சிகள், மேற்கண்ட மக்கள் விரோதத் திட்டங்களை, தீமைகளை தட்டிக்கேட்பதில்லை.

தமிழர்களே, உங்களின், உங்கள் குழந்தைகள் – பேரக் குழந்தைகளின் பாதுகாப்பு, நல்வாழ்வு, எதிர்காலம் கேள்விக் குறியாவதைக் கவனிக்கிறீர்களா? தமிழகம் வளர வேண்டும், அதற்கு மின்சாரம் வேண்டும் என்பதில் மாற்றுக் கருத்து இல்லை. இயற்கையை அழிக்காத, மக்கள் உடல்நலத்தைக் கெடுக்காத பல வழிகள் இருக்கும்போது ஏன் ஆபத்தான அணுத் தீமைகளை எங்கள்மீது சுமத்துகிறீர்கள் என்றுதான் கேள்வி கேட்கிறோம். பன்னாட்டு நிறுவனங்களுக்கு இலாபமும், உங்களுக்கு ஏராளமான கமிஷனும் கிடைக்கும் என்பதற்காக எங்களைப் பலிகடா ஆக்காதீர்கள் என்று வாதிடுகிறோம். தமிழர்கள் என்றால் கிள்ளுக்கீரை என்று எண்ணாதீர்கள், நடத்தாதீர்கள் என்று உரிமைக்குரல் எழுப்புகிறோம். அணுத் தீமையற்ற தமிழகம் அமைத்திட பாடுபடுகிறோம். மேற்கண்ட நோக்கங்களோடு ஒவ்வொரு ஆண்டும் டிசம்பர் 21ஆம் நாளை அணுத் தீமையற்ற தமிழக நாள் எனக் கடைபிடிப்போம்.

சோழ நாடு சோறுடைத்து,
பாண்டி நாடு முத்துடைத்து,
சேர நாடு வேழமுடைத்து,
தொண்டை நாடு சான்றோருடைத்து...

என்றெல்லாம் நமது மண்ணை, மரபைப் புகழ்ந்து புளகாங்கிதமடைந்த தமிழர்கள் இனிவரும் காலத்தில் “தமிழ் நாடு கதிர்வீச்சுடைத்து” என்று வருந்தும் நிலை வரக்கூடாது.

தமிழர் சமாதான ஆய்வகம்

வரலாறு – சகவாழ்வு – வருங்காலம்

"ஓர் இனம் தனி மனிதர் ஒருவரைப் போன்றது தான். தனது திறமைகளைப் பயன்படுத்தாமல், தனது வரலாற்றில் பெருமை கொள்ளாமல், தனது கலாச்சாரத்தை வெளிப்படுத்தாமல், தனது சுயத்தை உறுதிப்படுத்தாமல் அந்த இனம் தன்னை நிறைவுபடுத்திக்கொள்ள முடியாது.

– மால்கம் எக்ஸ்

தமிழினத்தின் அறிவுசீவிகளும் ஆசிரியர்களும் எழுத்தாளர்களும் செயற்பாட்டாளர்களும் அனைத்து தரப்பினரும் நமது வரலாற்றை அனைத்துக் கோணங்களிலிருந்தும் எழுத வேண்டும், விவாதிக்க வேண்டும். பல்வேறு வேறுபாடுகள் கொண்ட நமக்குள் நாம் ஏற்படுத்த விரும்பும் சமாதானகரமான வாழ்க்கை, நமது அண்டை அயலாருடன் நாம் அமைத்துக்கொள்ள விரும்பும் சகவாழ்வு போன்றவற்றை நாம் மறுவடிவமைத்ததாக வேண்டும். அனைவருமாகச் சேர்ந்து நாம் உருவாக்க விரும்பும் வருங்காலத்தைக் கற்பனை செய்யத் துவங்க வேண்டும்.

வரலாறு – சகவாழ்வு – வருங்காலம் எனும் மும்மையின் மீது, நேற்று – இன்று – நாளை எனும் காலகட்டங்கள் மீது கவனம் செலுத்தும் தமிழர் சமாதான ஆய்வகம் கற்பது, ஆய்வுகள் செய்வது, சிந்திப்பது, கற்பிப்பது, தகவலளிப்பது, பரப்புரை

செய்வது, செயல்படுவது போன்ற நடவடிக்கைகளில் மும்முரமாகச் செயல்படும். சமாதானம் எனும் விழுமியத்தை வெறும் சண்டையில்லா அமைதி என்று எதிர்மறையாக எடுத்துக்கொள்ளாது, வாழ்வுரிமை, வாழ்வாதார உரிமை, மனித உரிமைகள், சமூக நீதி, நல்லிணக்கம் கொண்ட சமூக, பொருளாதார, அரசியல் ஏற்பாடு என்று நேர்மறையாகப் புரிந்துகொண்டு இயங்க வேண்டும்.

கற்க கசடற! கற்றவை கற்பி!! அனைவரும் ஒன்றாய் நிற்க அதற்குத் தக!!! எனும் கொள்கை முழக்கங்களுடன் தமிழர் சமாதான ஆய்வகம் பணியாற்ற வேண்டும்.

தமிழ் அடையாளம் பற்றிய இணையக் கல்வி

"இங்கு தமிழினம் அமைதி கொண்டிருந்தால் ஏடுகள் தூக்கிப் படிப்போம். எங்கள் தமிழர்க்கின்னல் விளைந்தால் எரிமலையாகி வெடிப்போம்."

— காசி ஆனந்தன்

'நாம்' யார்? நமது கோட்பாடுகள் என்ன? நமக்கு என்ன வேண்டும்? போன்ற விடயங்கள் பற்றித் தமிழர் அனைவரும், குறிப்பாக நமது இளைஞர்கள், குழந்தைகள் அறிந்தாக வேண்டும். இந்தக் கல்வியை எந்தப் பள்ளியும் கல்லூரியும் தராத நிலையில், இணையத்தில் இப்படி ஒரு கல்வியைத் தர நாம் முனையலாம்.

'நாம் – அவர்கள்' எனும் அடையாளப் பொறிக்குள் சிக்கிக்கொள்ளாது, நமது வரலாறு, வாழ்நிலை, வருங்காலம் பற்றிப் புரிந்துகொண்டாக வேண்டும். அடுத்தவர்களை வைத்து நம்மை இனங்காணுவதை விட்டுவிட்டு, நம்மை நாமே நமது பெருமை சிறுமைகள், நிறை குறைகளுடன் உணர எத்தனிப்பது அவசியம். பிறர் மீதான வெறுப்பின் அடிப்படையில் இயங்காமல், நமது மக்களுக்குத் தேவையான பாதுகாப்பு, கண்ணியம் போன்றவற்றை உருவாக்குவதில் நாம் கருத்தூன்றிச் செயல்பட வேண்டும்.

நம்மில் பெரும்பாலானோர் கல்வியறி வில்லாதவர்களாக, அறியாமையிலும் அதிகாரமற்ற

தன்மையிலும் ஏழ்மையோடும் வறுமையோடும் உழன்று கொண்டிருக்கிறோம். நம்மில் பலருக்கு நமது வரலாறுகூடத் தெரியாது. எடுத்துக்காட்டாக, ஈழத் தமிழர் அம்மண்ணின் பூர்வீகக் குடிகள் எனும் உண்மை தமிழகத் தமிழர்களில் பெரும்பான்மையோருக்குத் தெரியாது. மலேசியத் தமிழர்கள் பற்றியோ, ஃபிஜி, மொரிஷியஸ் போன்ற நாடுகளில் தமிழர் கள் வாழ்கிறார்கள் என்பது பற்றியோ நம்மில் பலர் தெரிந்திருக்கவில்லை. பல்வேறு வாழ்வுரிமை, வாழ்வாதார அழிப்புப் பிரச்சினைகளில் நாம் சிக்கியிருந்தாலும் ஒட்டுமொத்த தமிழகம் தழுவிய பார்வை நம்மிடம் இல்லை. நாம் ஒரு திசைமாறிய பறவைக் கூட்டம் போலவே தத்தளித்துக் கொண்டிருக்கிறோம்.

இந்த நிலையை மாற்ற, குறிப்பாகத் தமிழ் இளைஞர்களுக்கு உதவ ஓர் இணைய கல்வித் திட்டத்தைத் தொடங்கலாம். தமிழர் வரலாறு, தமிழ் இலக்கியம், தமிழர் பண்பாடு, புலம்பெயர் தமிழர்கள், தமிழர் அரசியல் மற்றும் தமிழ் குமுகங்களின் பிரச்சினைகள், தமிழரின் வருங்காலம் போன்ற பாடங்களை அமைத்துக்கொள்ளலாம்.

மாணவர்கள் இலவசமாக இந்த வகுப்பில் சேர்ந்து, இரண்டு வாரங்களுக்கு ஒருமுறை பாடங்களைப் பெற்று, உரிய பயிற்சிகளை நிறைவு செய்யலாம். வகுப்பை வெற்றிகரமாக முழுமை செய்வோருக்குச் சான்றிதழ் கொடுக்கலாம். இந்தக் கல்வித் திட்டத்தின் தொடர்ச்சியாக வரலாற்றுத் தலங்களுக்குச் சுற்றுலா, களப் பயணம், பயிற்சிப் பட்டறை, பயிலரங்கம் போன்றவற்றை நடத்தலாம்.

கட்டாயம் படிக்க வேண்டிய சில நூல்கள்

(தமிழகத்தில் மாற்று அரசியலை வளர்த்தெடுக்க விரும்புவோர் சினப்பவராய் இருந்தால் மட்டும் போதாது; சிந்திப்பவராயும் இருக்க வேண்டும். அதற்குக் கீழ்க்காணும் நூல்கள் உதவலாம். இன்னும் அதிகமான மற்றும் பிற மொழி நூல்களை யும் சேர்த்துக்கொள்ளலாம். ஒத்த சிந்தனை கொண்ட தோழர்கள் ஒரு குழுவாகக் கூடி வாரம் ஒரு நூலைப் படித்து, விவாதிப்பது ஒரு நல்ல துவக்கமாகும். தொடர்ந்து ஆறு மாதங்கள் இப்படி செய்வதன் மூலம், நமக்குள் ஓர் அரசியல் ஞானம் பிறக்கும், தெளிவு கிடைக்கும். அந்த அறிவின் மீது கட்டியெழுப்பப்படும் சமூகக் கோபுரம் நீடித்த நிலைத்த தன்மையதாய் இருக்கும்.)

திருவள்ளுவர், திருக்குறள்.

பாரதியார், கவிதைகள் மற்றும் கட்டுரைகள்.

பாரதிதாசன், 'அழகின் சிரிப்பு'; பிற கவிதைகள்.

சித்தர் பாடல்கள் (மூலமும் உரையும்).

மயிலை சீனி. வேங்கடசாமி, 'பௌத்தமும் தமிழும்.'

நா. வானமாமலை, தமிழக நாட்டுப்புறப் பாடல்கள்.

கி. ராஜநாராயணன், 'தமிழக நாட்டுப்புறக் கதைகள்' (தொகுப்பு).

தமிழக அரசு வெளியீடு, 'தமிழக வரலாறு' (இரண்டு தொகுதிகள்).

எஸ்.வி. இராசதுரை, 'இந்து, இந்தி, இந்தியா.'

இராகுல சங்கிருத்தியாயன், 'வால்கா முதல் கங்கை வரை.'

தியாகு, 'சுவருக்குள் சித்திரங்கள்,' 'கம்பிக்குள் வெளிச்சங்கள்.'

தொ. பரமசிவன், 'பண்பாட்டு அசைவுகள்.'

ஆ.இரா. வேங்கடாசலபதி, 'அந்தக் காலத்தில் காப்பி இல்லை.'

ஆனைமுத்து, 'பெரியார் சிந்தனைகள்' (தொகுப்பு).

கண்ணதாசன், 'வனவாசம்.'

அம்பேத்கர், 'சாதி ஒழிப்பு', 'பார்ப்பனீயத்தின் வெற்றி', 'சூத்திரர் வரலாறு.'

ஜான் பெர்கின்ஸ், 'ஒரு பொருளாதார அடியாளின் ஒப்புதல் வாக்குமூலம்.'

செ. கணேசலிங்கம், 'உலகச் சந்தையில் ஒரு பெண்,' 'புதிய சந்தையிலே.'

சுந்தரய்யா, 'வீரத் தெலுங்கனா.'

சுந்தரி, 'இடிந்தகரை: சிறைபடாதப் போராட்டம்.'

நாவல்கள்

பாலமுருகன், 'சோளகர் தொட்டி.'

ஞாநி, 'தவிப்பு.'

ப. சிங்காரம், 'புயலிலே ஒரு தோணி,' 'கடலுக்கு அப்பால்.'

நிரஞ்சனா, 'நினைவுகள் அழிவதில்லை.'

சோலை சுந்தரப்பெருமாள், 'செந்நெல்.'

பாட்டாளி, 'கீழைத்தீ.'

சுப. வீரபாண்டியன், 'இந்த விதை முளைக்கும்.'

தமிழ்மகன், 'வெட்டுப் புலி.'

சுந்தர ராமசாமி, 'ஜே.ஜே: சில குறிப்புகள்.'

நீல. பத்மநாபன், 'தலைமுறைகள்.'

தோப்பில் முகமது மீரான், 'ஒரு கடலோர கிராமத்தின் கதை.'

ஜோ டி குரூஸ், 'ஆழி சூழ் உலகு.'

பொன்னீலன், 'மறுபக்கம்.'

ஜெயமோகன், 'காடு.'

சிவசங்கரி, 'ஒரு மனிதனின் கதை.'

ஜெயகாந்தன், 'ஒரு மனிதன் ஒரு வீடு ஒரு உலகம்.'

எம். வி. வெங்கட்ராம், 'காதுகள்.'

கரிச்சான் குஞ்சு, 'பசித்த மானுடம்.'

பிரபஞ்சன், 'மானுடம் வெல்லும்.'

ஹெப்ஸிபா ஜேசுதாசன், 'புத்தம் வீடு.'

பாமா, 'கருக்கு.'

புயலுக்குப் பின்னே பூந்தென்றல்

(எத்தியோப்பியாவில் நிகழ்ந்த தகராறு அனுபவங்கள்)

சுப. உதயகுமாரன்

ரூ. 75 (வி.பி.பி.யில் ரூ. 85)

1981 முதல் 1987வரை சுப.உதயகுமாரன் எத்தியோப்பியாவில் உயர்நிலைப் பள்ளி ஆசிரியராகப் பணியாற்றும்போது நிகழ்ந்த தகராறு அனுபவங்களின் தொகுப்பு.

கூடங்குளம் போராட்டம் ஒருங்கிணைப்பாளராக நன்கு அறியப்பட்ட சுப.உதயகுமாரனின் இளமைக்கால எத்தியோப்பிய அனுபவங்களை உள்ளடக்கமாகக் கொண்டது இந்நூல். இளமையின் வாயிலில் நின்று கொண்டு சமூகத்தில் நேரிடும் இன்னல்களை, மனிதர்கள் அனுபவிக்கும் துயரங்களை மாற்றத் தன்னால் ஆன முயற்சிகளை மேற்கொண்ட உதய குமாரனின் வாழ்க்கைச் சம்பவங்களின் ஒரு பகுதி இந்நூல்.

அவரை ஓர் ஆளுமையாக மாற்றும் வல்லமை கொண்டவையாக அமைந்திருக்கின்றன எத்தி யோப்பியாவில் அவருக்கு நேர்ந்த அனுபவங்கள் என்பதை அக்கறையோடு இந்நூலை வாசிக்கும் வாசகன் உணர்ந்துகொள்ள முடியும்.

வாழ்க்கையில் தான் எதிர்கொண்ட தகராறுகளைக் கையாண்ட அனுபவங்களைத் திறந்த மனத்துடன் சமூகத்தின்முன் வைப்பதன் மூலம் மனிதர்கள் எதிர்கொள்ளும் சிக்கல்களைத் தீர்ப்பதற்கு ஓர் உபாயம் அமைந்துவிடாதா என்ற ஏக்கத்தின் வெளிபாடே இந்நூல்.

www.ingramcontent.com/pod-product-compliance
Lightning Source LLC
LaVergne TN
LVHW100838051026
849519LV00006B/2343